Þú ert það sem þú hugsar

Guðjón Bergmann

Þú ert það sem þú hugsar

Prófförk: Róbert Jack

ISBN 978-9979-9547-4-3

Efnisyfirlit

Bréf til lesandans

Til að vita hvað bíður framundan, skaltu spyrja þá sem eru á leið tilbaka.
- Kínverskt spakmæli

Kæri lesandi,

Þessi bók sem inniheldur brot af því besta sem ég hef lært um starfsemi og þjálfun hugans á síðustu fimmtán árum. Markmið mitt með ritun bókarinnar er að fjalla um leiðir sem hafa hjálpað mér og öðrum til að fá meira út úr lífinu, efla sjálfstraust, byggja upp jákvæðni, takast á við streitu og kvíða, koma lífinu í betra jafnvægi og þjálfa upp óendanlegan mátt hugans.

Á árum áður var ég stressaður, kvíðinn, átti í erfiðleikum með samskipti mín við sjálfan mig og aðra, fann fyrir tómleika og tilgangsleysi og hugsanir mínar létu alls ekki að stjórn. Leit mín að nýjum leiðum og lausnum hófst með lestri bóka, jógaiðkun og námskeiðasókn. Með tíð og tíma hef ég tileinkað mér fjölmargar hugmyndir og aðferðir úr austrænni og vestrænni heimspeki, sálfræði, markmiðasetningu, hraðvirkari lærdómsaðferðum og svo mætti lengi telja.

Þrátt fyrir þessa víðsýnu nálgun hélt ég lengi vel að efnisleg velgengni ætti enga samleið með andlegri iðkun. Mér fannst valið standa á milli (a) vestrænnar árangurssálfræði sem lagði fyrst og fremst áherslu á efnisleg gæði og (b) austrænnar speki um innri frið og hugarró. Með mikilli yfirlegu, vinnu og þolinmæði hefur mér að mestu tekist að sætta þessa innri baráttu. Í dag tel ég að andlegt líf í jafnvægi eigi að bera með sér efnislega velgengni í einhverju formi og ég veit að slík velgengni án innri friðar er innantóm.

Í allri umfjöllun um stjórn hugans lít ég á mig jafnt sem kennara og nemanda. Sem slíkur verð ég líklega aldrei fullnema í þessum fræðum. Þótt framsetningin sé vissulega mín er ég fullkomlega meðvitaður um að efnið er samansafn af því besta sem ég hef lært og notað í gegnum árin. Ég þykist ekki hafa öll svörin. Þess heldur vil ég bera fram áhugaverðar spurningar og vekja lesendur til umhugsunar.

Að mínu mati ætti sannur lærdómur að þjálfa upp hæfileika til þess að geta séð sama hlutinn frá mörgum mismunandi sjónarhornum. Þeim hæfileika er ágætlega lýst í vel þekktri dæmisögu um þrjá blinda menn sem allir halda um mismunandi hluta af sama fílnum en eru engu að síður að rífast um hver hafi rétt fyrir sér í útlitslýsingunni.

Einn heldur um ranann og segir: „Fíllinn er langur, mjór og hrufóttur."

Annar heldur um magann og segir: „Nei, nei. Hann er stór og hnöttóttur."

Og sá þriðji heldur um fótinn og segir: „Hvaða vitleysa er þetta í ykkur, hann er þver og langur."

Að þeim kemur maður með fulla sjón og segir: „Þið hafið allir rétt fyrir ykkur - þið eruð að lýsa sama fílnum."

Ég skrifa bókina með þann skilning í huga. Ekkert eitt sjónarhorn er algilt. Með því að skoða sama hlutinn eða hugmyndina, í þessu tilfelli stjórn hugans, frá mörgum sjónarhornum verður fólk víðsýnna og þar af leiðandi hæfara til að taka mikilvægar ákvarðanir um eigið líf.

Við efasemdarmennina vil ég segja eftirfarandi: Þessi bók er byggð á viðurkenndri aðferðafræði og heimspekilegum hugmyndum sem eiga sér djúpar rætur þó að framsetningin geti á tímum virst einföld. Samantekt mín er yfirgripsmikil og vona að það sjáist á síðum þessarar bókar.

Guðjón Bergmann, 2007
www.gbergmann.com

Formáli - Hvernig tekur fólk inn upplýsingar?

Líkt og eitt fótspor mun ekki marka stíg á jörðina, mun stök hugsun ekki búa til nýjar brautir í huganum. Til að marka stíg á jörðina verðum við að ganga sömu leiðina aftur og aftur. Til að búa til ný hugsanaferli verðum við að hugsa þær hugsanir aftur og aftur sem við viljum að verði ríkjandi í okkar lífi.
- Henry David Thoreau

Fyrsta hljóðsnældunámskeiðið sem ég keypti fyrir rúmum tíu árum síðan hét *Accelerated Learning Techniques* með Brian Tracy og Colin Rose. Frá þeim tíma hef ég verið mikill áhugamaður um hraðvirkari lærdómsaðferðir þrátt fyrir að vera ekki langskólagenginn í hefðbundnum skilningi. Með lestri mínum og námsfýsi í gegnum tíðina hef ég afhjúpað nokkrar lykilhugmyndir sem mig langar til að deila með þér áður en lengra er haldið. Til þess að skilja betur hvernig mannshugurinn tekur inn upplýsingar er ágætt að skoða þrjú eftirfarandi ferli.

Sex lærdómsskref

Fyrst vil ég nefna ferli sem Yogi Shanti Desai kenndi mér fyrir nokkrum árum síðan og ég notaði meðal annars í bókinni *Hreysti hamingja hugarró* sem ég skrifaði og gaf út árið 2004. Ferlið er svona:

1. Læra
2. Melta/Íhuga
3. Nota
4. Uppskera/Endurmeta
5. Kenna
6. Þjónusta

Fyrsta skref í öllum lærdómi er að vera opinn fyrir því að læra. Sá sem ekki er opinn, auðmjúkur og móttækilegur mun aldrei læra neitt, sama hversu oft hann heyrir upplýsingarnar. Nám er ekki bara fólgið í hæfni kennarans til kennslu, heldur einnig hugarástandi nemandans og getu til að taka á móti upplýsingum. Gamalt máltæki segir: „Þegar að nemandinn er tilbúinn, þá birtist kennarinn." Ólíkir einstaklingar geta lesið sömu bókina og/eða hlustað á sama kennarann, en einungis þeir sem eru opnir fyrir upplýsingunum munu meðtaka efnið. Nemandinn skilur að það er mikill munur á því að hafa annars vegar heyrt eitthvað einu sinni eða tvisvar og hins vegar að lifa eftir því.

Annað skrefið felst í því að melta efnið og íhuga það. Spyrja t.d. hvernig gæti þetta efni nýst í daglegu lífi? Hvernig gæti framtíðin litið út ef upplýsingarnar væru fullnýttar? Ekkert gerist fyrr en að hugmyndafræðin er yfirfærð á daglegt líf.

Þegar að nemandinn sér hvernig efnið getur nýst honum er hann tilbúinn til þess að taka þriðja skrefið sem felst í því að nota hugmyndirnar og aðferðirnar. Fyrir marga er þriðja skrefið erfiðast, þ.e. að byrja að gera eitthvað.

Fjórða skrefið í lærdómi felst í því að uppskera og endurmeta. Í fyrsta sinn sem manneskja uppsker verður niðurstaðan ekki alltaf í samræmi við þau loforð sem hún fékk að heyra við lærdóminn. Því er mikilvægt að endurmeta og skoða hvort efnið hafi verið rétt notað og hvort hægt sé að gera betur. Enginn stekkur fullskapaður fram í fyrsta sinn. Á þeim forsendum getur verið mikilvægt að lesa efnið aftur eða rifja upp með reglulegu millibili sér til áminningar og eftirbreytni.

Fimmta skrefið felst í kennslu. Til að geta kennt öðrum efni sem nemandinn hefur tileinkað sér þarf hann að geta sett sig í spor annarra og litið á efnið frá þeirra sjónarhóli í stað þess að takmarka sig við sína eigin upplifun. Kennsla er þar af leiðandi mikilvægur hluti af lærdómi. Góður kennari lærir um leið og hann kennir.

Sjötta og síðasta þrepið felst í þjónustu. Þegar að efnið hefur verið samlagað persónueinkennum einstaklingsins getur hann veitt öðrum í samfélaginu framúrskarandi þjónustu byggða á getu sinni. Að mati Yogi Shanti Desai er þjónusta æðsta birtingarform þekkingar.

Með þetta ferli í huga er auðvelt að sjá erfiðustu þrep nemandans. Þau felast í meltingu, framkvæmd, uppskeru og endurmati. Eftir að hafa tekið inn upplýsingar þarf nemandinn að standa á eigin fótum og ákveða sjálfur hvernig fræðin muni nýtast, hann þarf að koma þeim í framkvæmd, byrja að lifa eftir þeim og vonandi uppskera í samræmi við sáningu.

Við nánari skoðun er hægt að afhjúpa algeng vandamál sem koma upp í lærdómi. Fólk á það nefnilega til að hoppa beint úr fyrsta skrefi í það fimmta, þ.e. byrja að kenna öðrum án þess að hafa öðlast reynslu. Þetta er skiljanlegt, sérstaklega þegar nemendur eru að taka inn efni um hugarfarsstjórn, slökun, tilfinningar og annað sem snýr að sjálfsrækt. Oft er auðveldara að sjá hvað aðrir þurfa að gera, heldur en það er að gera eitthvað í sínum eigin málum. Með því að gerast kennari án reynslu er nemandinn ekki að þjóna neinum, hvorki sjálfum sér né þeim sem hann þykist vera að kenna. Aðeins þekking sem blandast reynslu á möguleika á að breytast í visku.

Ómeðvituð geta og þekking

Annað ferli sem ég vil deila mér þér er öllu þekktara og er víða kennt í háskólum. Það var upphaflega sett fram af W.S. Howell árið 1982. Ég notaði það meðal annars til útskýringar á efnisuppbyggingu bókar minnar *The Seven Human Needs* sem kom út árið 2006 í gegnum Booksurge LLC. Ferlið lítur svona út:

1. Ómeðvituð vanþekking/vankunnátta.
2. Meðvituð vanþekking/vankunnátta.
3. Meðvituð þekking/kunnátta.
4. Ómeðvituð þekking/kunnátta.

Fyrsta stigi í þessu ferli má lýsa með setningunni: „Ég veit ekki að ég veit ekki." Á því stigi lærdóms er manneskja ómeðvituð um eigin vanþekkingu og sér enga ástæðu til að gera neitt í málinu.

Öðru stigi fylgir setningin: „Ég veit að ég veit ekki." Sú uppgötvun er yfirleitt óþægileg. Til að byrja með er ekkert sérlega gaman að átta sig á því að maður sé ómeðvitaður um eitthvað eða kunni ekki það sem gæti gagnast manni vel. Þroskaður nemandi mun hins vegar fagna þegar að hann áttar sig á því að hann veit ekki, því þá hefur hann möguleika á að læra.

Á þriðja stigi kemur ný uppgötvun sem kristallast í setningunni: „Ég veit að ég veit." Þriðja stig lærdómsins felst stöðugri þjálfun á nýrri kunnáttu eða aðferðafræði. Til að ná árangri þarf að veita nýrri hugsun/hegðun stöðuga athygli og þjálfa hana mjög meðvitað líkt og segir í tilvitnun í Thoreau í upphafi kaflans.

Fjórða stigi má lýsa með setningunni: „Ég veit ekki að ég veit." Hegðunin er orðin svo eðlislæg að manneskjan framkvæmir án umhugsunar. Stundum man hún ekki einu sinni hvernig hún lærði það sem hún kann.

Gott dæmi um þetta ferli er að læra að hjóla. Á fyrsta stigi veit einstaklingurinn ekki einu sinni hvað hjól er. Annað stig veitir vitneskju um það hvað hjól er en um leið gerir manneskjan sér grein fyrir að hún kann ekki að hjóla. Á þriðja stigi fer fram stöðug og einbeitt þjálfun. Þegar fjórða stigi er náð hjólar viðkomandi án áreynslu. Dæmið er augljóst vegna þess að fólk segir oft: „Þetta er eins og að læra að hjóla, maður gleymir því aldrei þegar að maður hefur einu sinni lært það."

Að nálgast draumasjálfið

Þriðja ferlið snýst um breytingar á persónuleika og er tekið úr bókinni Forysta og tilfinningagreind eftir Daniel Goleman. Það er kallað ferli Boyatzis og lítur svona út.

1. Draumasjálfið
2. Raunverulega sjálfið

3. Námsáætlun til að efla styrkleika og bæta við veikleika
4. Gera tilraunir með hegðun/hugsun
5. Þróa sambönd

Fyrsta skrefið í þessu ferli er að setja sér markmið um *draumasjálfið*. Svara verður spurningunni hvernig og hver vil ég vera? Markmiðið er þá að draga fram það besta í sjálfum sér og þróa hæfileika sína til fullnustu, þ.e. ímynda sér draumaútgáfuna af sjálfum sér.

Annað skref felst í því að átta sig á því hvar maður er staddur og svara þess vegna spurningunni *hver er ég raunverulega í dag*? Annað skrefið krefst algjörs heiðarleika, því ómögulegt er að brúa bilið á milli draumasjálfsins og raunverulega sjálfsins ef byrjunarreiturinn byggist á blekkingu. Þess má geta að flestir dæma sig annað hvort sem betri eða verri en þeir raunverulega eru. Því getur verið viturlegt að velta slíku stöðumati fyrir sér í návist vinar, fjölskyldumeðlims eða fagaðila. Slík aðstoð getur hreinlega hjálpað manni að segja sjálfum sér sannleikann.

Í þriðja skrefi er búin til *raunhæf námsáætlun* til að brúa bilið milli draumasjálfsins og raunverulega sjálfsins - efla styrkleika og draga úr veikleikum.

Fjórða skrefið snýst um að gera *tilraunir* með nýja hegðun og hugsanamynstur, búa til nýjar taugabrautir með síendurteknum hugsunum í sömu átt.

Fimmta skrefið er síðan þungamiðjan í þessu öllu, því hún snýst um að þróa og þroska *sambönd* við annað fólk sem er að gera slíkt hið sama eða hefur náð árangri á því sviði sem maður vill sjálfur ná árangri á. Í fimmta skrefinu er mjög mikilvægt að velja sér góðar fyrirmyndir eða vini sem eru á sömu leið.

Hvatningarþjálfarinn Zig Ziglar sagði eitt sinn frá viðtali sem hann sá við þekkta Hollywoodstjörnu. Hún var að gefa ráð um hjónabönd í sjónvarpi en hafði sjálf verið gift svo oft að hún var með hrísgrjónaför í andlitinu. Vertu viss um að velja þér fyrirmyndir sem fara að mestu eftir eigin kenningum.

Íhugaðu hvernig það gæti gagnast þér að hafa þessi þrjú ferli í huga meðan að þú lest bókina. Ef þú vilt festa þau í minni getur verið viturlegt að lesa þau yfir aftur áður en lengra er haldið.

Uppbygging bókarinnar

Við verðum að dæma okkur út frá því sem við getum gert, á meðan aðrir dæma okkur alltaf út frá því sem höfum gert.
- Henry Wadsworth Longfellow

Í fyrsta kafla er fjallað um stjórn hugans. Þar leitast ég t.d. við að svara spurningum um það hverju við getum stjórnað og hverju ekki, set fram samlíkingar um uppbyggingu hugans og ræði um muninn á jákvæðni og neikvæðni. Annar kaflinn fjallar um streitu og slökun. Reynsla mín til margra ára segir mér að flestir í samfélaginu þjáist sökum streitu eða streitutengdra kvilla. Sú streita kemur oft í veg fyrir að fólk geti nýtt sér hugmyndir um jákvæðni, einbeitingu og hugarfarsstjórn. Einn algengur streituvaldur er skortur á sjálfstrausti. Því er sérstakur kafli tileinkaður umfjöllun um uppbyggingu á sjálfstrausti. Sjálfstraust snýst ekki um að verða betri en aðrir, heldur frekar um að verða besta útgáfan af sjálfum sér. Í framhaldi býð ég upp á samantekt úr bók minni *The Seven Human Needs* sem kom út í gegnum Booksurge LLC haustið 2006 og var notuð sem kennslugagn á námskeiðum mínum veturinn 2006-2007. Sú hugmyndafræði er sett fram til að hjálpa fólki að skilja betur hvernig hægt er að koma lífinu í betra jafnvægi. Í fimmta kafla fjalla ég um mikilvægi hugleiðslu og kenni einfalda hugleiðsluaðferð á hversdagslegu máli. Síðasti kaflinn inniheldur tvær stuttar en áhugaverðar dæmisögur.

Hver og einn kafli gæti verið efni í heila bók. Það hefur verið áhugavert og krefjandi verkefni að þjappa fimmtán ára reynslu og fjölbreyttri hugmyndafræði saman í eina bók og bera hana fram á hnitmiðuðu máli. Þess má geta að ákveðin hugsun býr að baki uppröðun efnisins. Til að hámarka árangur er því gott að lesa efni bókarinnar í réttri röð.

Sólbrúnkuáhrif

Ég þekki vel svokölluð sólbrúnkuáhrif bóka og námskeiða af eigin raun. Fólk er sólbrúnt og sælt í smá stund eftir að lestri eða þátttöku lýkur en áhrifin eru oft fljót að hverfa. Til þess að draga úr sólbrúnkuáhrifum legg ég áherslu á að blanda saman hugmyndafræði og aðferðafræði. Í bókinni lærir þú raunverulegar aðferðir sem geta gagnast þér ef þú notar þær. Ég hvet fólk til að byrja að tileinka sér aðferðirnar við fyrsta tækifæri. Í lok hvers kafla er hnitmiðuð samantekt. Með því að skoða samantektirnar nokkrum sinnum eftir að lestri er lokið, t.d. eftir viku, mánuð, þrjá mánuði, sex mánuði og ár, muntu viðhalda þekkingunni betur.

Í byrjun árs 2007 hringdi í mig kona og spurði hvort að ég gæti tryggt að hún myndi nota það sem að ég kenni á námskeiðum mínum. Auðvitað gat ég ekki tryggt það, ekki frekar en sölumaður í íþróttaverslun getur tryggt það að einhver fari út að hlaupa eftir að hafa keypt rándýra íþróttaskó eða frekar en rektor í háskóla getur tryggt að stúdentinn nýti efnið sem hann hefur varið mörgum árum í að nema. Hið eina sem er í mínu valdi er að koma efninu vel til skila. Notkunin er undir hverjum og einum komin.

1.kafli - Starfsemi hugans

Líf þitt er ekki annað en endurspeglun af ástandi þinna eigin hugsana.
- Wayne Dyer

Hafðu eftirfarandi spurningar í huga á meðan að þú lest þennan kafla.

- Hvernig starfar hugurinn?
- Hverju get ég stjórnað og hverju ekki?
- Hvað er jákvæðni og hvernig get ég virkjað hana betur í mínu lífi?

Titill bókarinnar vísar í aldagömul sannindi. Hugmyndin um að hugsanir okkar hafi áhrif á lífið er ekki ný af nálinni. Í aldagamalli speki ritsins *Bhagavad-Gíta* finnst þessi setning: „Maðurinn er og verður það sem hann trúir og hugsar ávallt um." Þar er greinamunur gerður milli hugsana og trúar. Hugsun hvílir á yfirborðinu á meðan að trú á sér dýpri rætur.

Í undirstöðuriti búddisma sem nefnist *Dhammapada* segir: „Hugsunin stýrir örlögum vorum, þau hvíla í hugsun vorri, þau eru sköpuð af hugsun vorri. Ali maður með sér illar hugsanir í orðum eða athöfnum, mun ógæfan fylgja honum eins og vagnhjólin fótum dráttardýrsins." Allt nema vagnhjólin og fætur dráttardýrsins á við enn í dag. Ýmis dulspeki á rætur sínar að rekja til svipaðra hugmynda um óvirkjað afl hugans. Í textanum úr *Dhammapada* kemur einnig í ljós sú staðreynd að við ráðum aðeins yfir þrennu, þ.e. því sem við hugsum, segjum og gerum, allt annað er utan okkar áhrifasviðs.

Ef við lítum okkur nær í tíma má nefna bílaframleiðandann Henry Ford sem var sanntrúaður á mátt hugans. Hann sagði meðal annars: „Þeir sem trúa að þeir standi sig og þeir sem trúa að þeir standi sig ekki, hafa báðir rétt fyrir sér." Hann var þekktur fyrir að ráða fólk í vinnu af götunni. Í vinnuviðtölum spurði hann fólk hvort það hefði trú á að það gæti lært ákveðna iðn eða tileinkað sér hæfni og kunnáttu. Þeir sem höfðu trú á sér fengu vinnu, hinir ekki.

Rithöfundurinn Norman Vincent Peale skrifaði fjöldann allan af bókum mátt jákvæðrar hugsunar og sagði meðal annars: „Ef þú hugsar á neikvæðum nótum færðu neikvæða niðurstöðu. Ef þú hugsar á jákvæðum nótum munt þú uppskera jákvæða niðurstöðu."

Maður að nafni Napoleon Hill tók viðtöl við marga ríkustu menn Bandaríkjanna í upphafi síðustu aldar og árið 1937 gaf hann út bókina *Think and Grow Rich* sem má enn finna á metsölulistum um allan heim. Hann sagði meðal annars: „Einungis maðurinn hefur möguleika á að gera hugsanir sínar að veruleika; einungis maðurinn getur leyft sér að dreyma og látið drauma sína rætast."

Um miðja síðustu öld var það síðan tryggingarfélagseigandinn Earl Nightingale sem tók upp útvarpserindi sem hann dreifði á alla sölumenn sína og gaf síðan út á plötu. Erindið seldist í rúmri milljón eintaka. Titill þess var *The Strangest Secret*. Hvert var leyndarmálið? Nightingale orðaði það svona: „Þú ert það sem þú hugsar um... megnið af tímanum.“ Útvarpserindið var aðeins 30 mínútur að lengd. Í framhaldi stofnaði Earl eitt stærsta útgáfufyrirtæki hins talaða orðs í Bandaríkjunum í samstarfi við annan mann. Fyrirtækið Nightingale-Conant er enn það stærsta á sínu sviði.

Í dag má finna útgáfur af hugmyndafræðinni um mátt hugans víða. Áhangendur og útbreiðsluaðilar koma úr röðum lækna, fyrirlesara, rithöfunda, jógakennara, heimspekinga og fjármálaspekúlanta, til að nefna nokkur dæmi. Sumir geysast áfram með miklum loforðaflaumi sem þeir eiga síðan oft erfitt með að standa við.

Ég tilheyri öðrum hópi sem skilur að þótt hugarfarsbreytingar virðist einfaldar á yfirborðinu taka þær mislangan tíma og töluverð þjálfun þarf yfirleitt að fylgja í kjölfarið til að þær verði varanlegar.

Flestir vita til dæmis að ekki er nóg að sækja fyrirlestra um heilsurækt eða lesa bækur til að verða líkamlega hraustur og heilbrigður. Til að slíkar upplýsingar hafi áhrif þarf reglubundin þjálfun að fylgja í kjölfarið. Hið sama á við um hugann. Til þess að ná fram varanlegum breytingum á hugarfari þarf stöðuga þjálfun, blöndu af hugmyndafræði og aðferðafræði, af hugsun og framkvæmd, af sáningu og uppskeru.

Hugurinn er vissulega máttugur en hann er alls ekki einráður eða almáttugur. Heildræn (integral) heimspeki hvetur okkur til að líta á heildina og sjá hvernig hver stund eða upplifun í lífinu er blanda af þrennu, þ.e. því sem gerist í efnisheiminum (líkama og umhverfi), innra lífi einstaklingsins (hugsunum) og samfélagslegri umgjörð hans (félagslegum reglum, viðmiðunarhópum o.s.frv.).

Þetta eru þrír jafnmikilvægir hlutar af sama menginu, þrjú sjónarhorn á sama hlutinn. Ekki er hægt að nefna einn án þess að taka tillit til hinna tveggja. Ég vil því ekki draga úr þeim áhrifum sem efnaskipti líkamans geta haft á hugann, né draga úr því hversu mikil áhrif samfélagsgerð, vinahópar, uppeldi og önnur áhrif af sama toga geta haft á mótun einstaklingsins. Eftir stendur að hver einstaklingur getur með þjálfun og þrautseigju haft veruleg áhrif á stjórn og mótun hugans. Því virðist rökrétt að leggja mesta áherslu á að læra aðferðir sem geta hjálpað manni að ná stjórn á huganum - án þess að afneita öðrum áhrifum.

Þess má geta að heildræn (integral) heimspeki er mun viðameiri en svo að ég geti gert henni viðunandi skil á þessum síðum enda er það ekki tilgangur bókarinnar.

Hverju er hægt að stjórna ?

Frelsi felst í því að axla óskerta ábyrgð á sjálfum sér.
- Friedrich Nietzsche

Allir sem hafa reynt að ná einhverri stjórn á hugsunum sínum komast mjög fljótlega að sömu niðurstöðu. Það er ekki hægt að stjórna þeim öllum! Enginn getur stjórnað öllum sínum hugsunum og tilfinningum. Þeir sem reyna, gefast mjög fljótlega upp. Fyrsta skref í hugarfarsþjálfun hlýtur þess vegna að felast í því að skilja hverju er hægt að stjórna og hverju ekki.

Mér hefur verið sagt að góður kennari sé sá sem tekur eitthvað sem nemandi skilur ekki og tengir það við eitthvað annað sem nemandinn skilur. Þannig ætti markmið kennarans ekki að vera vitsmunaleg flugeldasýning í þeim tilgangi að sýna hversu klár hann er. Hann ætti þess í stað að einbeita sér að því að koma mikilvægu efni á framfæri þannig að sem flestir skilji hann. Kennarar er fyrir nemendur sína líkt og viti fyrir sjómenn. Vitinn lýsir upp hættuleg svæði til varnaðar en á sama tíma lýsir hann upp hina öruggu leið sem skipið getur farið. Hann veitir yfirsýn. Framhaldið er í höndum stýrimannsins.

Á námskeiðum mínum og fyrirlestrum hafa fjölmargir þátttakendur öðlast nýjan og betri skilning á huga sínum og hæfileikum með því að nota eftirfarandi samlíkingar við tölvunotkun og gróðurmold.

Ímyndum okkur að hugurinn sé eins og tölva...

Lyklaborð = Einbeiting
Skjár = Meðvitund
Harður diskur = Undirmeðvitund
Internet = Yfirvitund
Vélbúnaður = Líkami

Samlíkingin virðist einföld á yfirborðinu en það er hægt að afhjúpa margt um starfsemi hugans með því að skoða hana nánar. Byrjum á byrjuninni.

Lyklaborðið

Allar upplýsingar sem fara inn í tölvuna þurfa fyrst að fara í gegnum lyklaborðið. Ekkert kemst inn í tölvuna án þess að fara í gegnum lyklaborð. Jafnvel þótt að forrit séu sett inn í gegnum diska eða USB lykla áttu þau upphaf sitt á lyklaborði hjá einhverjum. Að sama skapi kemst fátt inn í huga okkar ef það fær ekki athygli. Til þess að koma nýjum forritum inn í tölvu þarf vissulega að kunna viðeigandi forritunarmál en litlu máli skiptir hvort maður kann það eða ekki ef lyklaborðið er ekki til staðar. Einbeiting er því grunnurinn að allri upplýsingainntöku, forritun og þar af leiðandi öllum hugarfarsbreytingum.

Skjárinn

Hugum þá að tölvuskjánum sem jafngildir meðvitundinni. Meðvitund má skilgreina sem vökult ástand. Þú ert t.d. við fulla meðvitund núna og tekur þar af leiðandi eftir hluta af umhverfi þínu. Meðvitund er nefnilega þeim annmörkum háð að enginn getur tekið eftir öllu í kringum sig. Til samræmis sjáum við að á tölvuskjá kemst ekki fyrir nema brot af þeim forritum og upplýsingum sem hver tölva hefur að geyma. Hægt er að vera með mörg forrit opin á sama tíma en aðeins er hægt að vinna í einu eða tveimur forritum á skjánum í einu, allt eftir stærð og gerð forrita. Líkt og skjárinn birtir aðeins brot af stærri mynd erum við ekki meðvituð um nema brot af þeim viðhorfum, hugsunum, tilfinningum og upplýsingum sem við geymum í djúpi hugans og því síður erum við meðvituð um nema brot af þeim upplýsingum sem eru í umhverfi okkar hverju sinni. Í raun má segja að ákveðinn hluti heilans eyði markvisst upplýsingum og taki aðeins meðvitað eftir því sem hefur bein áhrif þá stundina.

Með þann skilning í huga vaknar áhugaverð spurning: Hvað kemst inn í meðvitund okkar og hvers vegna? Svarið skiptist í fjóra flokka.

1) Allt sem okkur þykir *áhugavert* fær athygli og kemst því inn á skjáinn. Flestir kannast t.d. við að vera nýbúnir að kaupa sér bíl, keyra út í umferðina og finnast bílum af sömu tegund hafa fjölgað snögglega. Bílarnir eru jafnmargir og þeir voru áður, aðeins áhugasviðið hefur breyst og þar af leiðandi skynjunin.

Sama á við þegar að fólk setur sér markmið. Vegna aukins áhuga fer fólk t.d. oft að taka eftir hlutum sem geta hjálpað því að ná markmiðum sínum. Manneskja sem ákveður að fara í nám fer að taka eftir auglýsingum um nám, eftir fólki sem er að tala um nám o.s.frv. Margir túlka upplifunina þannig að um töfra sé að ræða, að umheimurinn sé að endurraða sér til að koma til móts við óskir einstaklingsins. Sannleikurinn er hins vegar í flestum tilfellum falinn í hinni takmörkuðu getu meðvitundarinnar til að taka inn og meðhöndla upplýsingar. Fólk tekur ekki eftir, fyrr en það ákveður að eitthvað sé áhugavert.

2) Allt sem er *mikilvægt* fær líka athygli. Hugtakið mikilvægt tengist þeim skilgreiningum sem taldar eru upp í fyrsta lið en við bætist margt sem getur tæplega talist áhugavert. Ef eitthvað ógnar öryggi okkar eða hefur áhrif á lífið til hins verra eða betra, fær það athygli, t.d. bíll sem kemur æðandi að okkur á fleygiferð, bensínverð, stjórnmálaástand heimalandsins og annað á þeim nótum.

3) Allt sem er *óvenjulegt* hefur greiðan aðgang að meðvitund okkar. Tökum dæmi. Ef ein kona er með eldrautt hár í hópi ljóshærðra kvenna fær hún ósjálfrátt athygli. En ef rauðhærðu

konurnar eru orðnar fimm þá fær hver þeirra minni athygli. Hins vegar á það sama við ef ein kona er ljóshærð í hópi rauðhærðra kvenna. Sú ljóshærða fengi nú meiri athygli af því að hún er óvenjuleg miðað við hóp hinna rauðhærðu.

4) Allt sem er *pirrandi, neikvætt, ógnandi* eða *ögrandi* fær athygli. Því miður fær það sem fer í taugarnar á okkur jafnmikla eða meiri athygli en það sem okkur þykir áhugavert eða mikilvægt. Til dæmis var kona á námskeiði í janúar 2007 sem lét skoðunarmiða á bílum sem áttu eftir að fara í skoðun fara ótrúlega mikið í taugarnar á sér. Hún tók eftir þessum miðum alls staðar og var að leyfa þeim að gera sig geðveika. Hún vann hvorki á skoðunarstöð né hjá Umferðareftirlitinu. Svona er hugurinn skrýtinn. Ég mun ræða þessa tilhneigingu nánar í kaflanum um jákvæða hugsun.

Þessir fjórir flokkar tengjast mjög náið þeim viðhorfum og hugmyndum sem fólk hefur tileinkað sér í gegnum tíðina. Áhugasvið fólks eru þar af leiðandi ólík eins og dæmin sanna. Eftir námskeið sem ég hélt á Reykhólum vorið 2007 var mér sagt frá ungum manni sem var mikill áhugamaður fornbíla. Ungi maðurinn hafði eitt sinn verið að horfa á heita kynlífssenu í sjónvarpi með vinum sínum. Senan átti sér stað aftursætinu á rússajeppa. Eftir stutta stund sagði hann: „Hei, það eru upprunaleg sæti í bílnum."

Harði diskurinn

Undirvitundin og harði diskur tölvunnar eiga ýmislegt sameiginlegt. Með hverri nýrri tölvu fylgja til dæmis ókeypis forrit. Allir foreldrar geta að sama skapi staðfest að börn sín fæðist með einhver persónueinkenni og ákveðnar tilhneigingar. Hvort sem uppruninn tengist erfðum, stjörnuorku eða karma er ekki hægt að neita þeirri staðreynd að persónuleikinn byrjar að mótast við fæðingu eða fyrr. En líkt og tölvueigandinn notar forrit sem fylgja með tölvunni misjafnlega mikið, getur hver og einn valið hvaða eiginleikar fá að njóta sín, t.d. með því að ýta undir hæfileika og draga úr göllum eftir því sem líður á lífið. Ný forrit eru sett inn á hverju ári og við þroskumst og vinnum úr því sem lífið hefur uppá að bjóða. Sum forrit hafa aðeins tilgang á ákveðnum tímabilum og í sértækum aðstæðum en falla svo úr gildi. Orðið karakter er dregið af grísku orði sem þýðir meitill. Hver og einn hefur val um að meitla sinn karakter eftir því sem líður á lífið.

Ef við höldum okkur við samlíkinguna þá er mikilvægt að uppfæra forritin reglulega og hætta að nota þau sem ekki þjóna tilgangi. Vandræðin hefjast fyrir alvöru þegar að fólk heldur áfram að nota forrit sem eru úr sér gengin og gagnast í raun ekki lengur.

Tökum dæmi um barn sem stappar, grætur og hendir sér í gólfið til að fá sínu fram. Í flestum tilfellum hætta börn að nota þessa aðferð þegar hún hættir að hafa tilætluð áhrif. Sumir halda hins vegar áfram að nota úr sér gengin forrit ómeðvitað. Ég heyrði sögu af fullorðinni konu á Lionsfundi sem fór að gráta af minnsta tilefni og gekk út af stjórnarfundi til að ná sínu fram, lét í raun eins og hún væri fimm ára. Hvaða ómeðvituðu viðhorf (forrit) voru þar að verki?

Áður en lengra er haldið vil ég leitast við að skilgreina muninn á hugsunum og viðhorfum.

- *Hugsun* má t.d. skilgreina sem eitthvað sem við eigum auðvelt með að endurskoða, melta og velta fyrir okkur. Þegar að fólk skiptir auðveldlega um skoðun telst skoðunin vera hugsun. Hugsanir tengjast meira meðvitundinni eða skjánum, þótt skilin séu ekki alltaf skýr.

- *Viðhorf* tengjast hins vegar forritunum og segja meira til um það hver við erum. Viðhorf má skilgreina sem einlæga trú hvers og eins, sérstaklega vegna þess að fólk bregst yfirleitt ósjálfrátt við í samræmi við viðhorf sín án þess að þurfa nokkuð að hugsa sig um. Þegar að þú heyrir einhvern segja: „Ég get ekkert að þessu gert, ég er bara svona," þá ertu að hlusta á viðhorf einhvers sem trúir því greinilega að hann/hún geti ekki breyst.

En er það satt? Eru viðhorfin/forritin komin til að vera? Eru þau meitluð í stein? Til að svara því ætla ég að biðja þig um að hugsa tíu ár aftur í tímann: „Ertu sama manneskja og þú varst þá? Er líkami þinn eins, hugsarðu eins og bregstu eins við sama áreiti?"

Svarið er nei! Kannski ertu að hluta til eins og þú varst, en alveg örugglega ekki að öllu leyti. Allir breytast, hvort sem þeir vilja eða ekki. Ef einhver segir: „Ég er bara svona," hvaða útgáfu af sjálfum sér er viðkomandi þá að tala um? Er hann bara 2001 módelið eða 1985 módelið?

Við nánari skoðun kemur bersýnilega í ljós að viðhorfum er hægt að breyta. Stór hluti af því að verða fullorðinn felst í því axla ábyrgð, byrja að mynda sín eigin viðhorf og leggja til hliðar hamlandi viðhorf fortíðarinnar.

Þar sem viðhorf stjórna því að mestu hvernig við hugsum og hegðum okkur í daglegu lífi og hlýtur eftirfarandi spurning að vakna fyrr eða síðar: Hvernig verða forrit eða viðhorf til?

Við vitum að fyrstu ár ævinnar hafa foreldrar, vinir, fjölskyldumeðlimir, kennarar og fleiri greiðan aðgang að lyklaborðinu hjá börnum. Aðgangurinn er greiður vegna þess að á fyrstu árum ævinnar snýr lyklaborðið frá barninu og það leitar eftir leiðsögn frá þeim sem í kringum það eru. Forritin sem þessir utanaðkomandi áhrifavaldar stimpla inn eru vitanlega misgóð og stundum fer mikill tími í að leiðrétta forritun foreldra á fullorðinsárum.

Til eru margar aðferðir sem geta hjálpað fólki að hafa áhrif á undirvitundina og breyta hamlandi hugmyndum og viðhorfum. Má þar t.d. nefna NLP, dáleiðslu og sálfræðiviðtöl. En ef fólk leitar einungis lausna í umhverfinu eða með aðstoð annarra gerir það sér ekki grein fyrir nema hluta af eigin mætti. Raunin er sú að við getum haft mun meiri áhrif sjálf en flestir gera sér grein fyrir.

Hegðun ábyrgra einstaklinga fram í því að þeir ákveða að snúa lyklaborðinu að sjálfum sér og stjórna því betur hvað fær athygli. Þannig setja þeir meðvitaða síu á inntöku áreitis, upplýsinga og áhrifavalda. Þeir byrja að búa til ný forrit.

Vísir að forritunarmáli

Til nánari útskýringar skulum við halda okkur við tölvusamlíkinguna. Ef ég ætla að búa til nýtt forrit þá þarf ég að kunna forritunarmálið. Ef ég kann ekki forritunarmálið get ég hamrað á lyklaborðið allan daginn án árangurs. Hið sama á við um hugann. Margir rembast við að breyta hugmyndum sínum, hugsunum og viðhorfum án árangurs vegna þess að þeir kunna ekki forritunarmálið.

Hér væri gott að koma með algilt svar, fullmótað forritunarmál en það er því miður ekki til. Það er hins vegar til vísir að forritunarmáli fyrir hugann sem inniheldur eftirfarandi þrjú atriði.

1. *Endurtekningu*. Því oftar sem manneskja hugsar eitthvað, segir eða gerir það, því líklegra er að hún myndi nýtt viðhorf. Líkt og það var orðað framar í kaflanum þá ertu það sem þú hugsar um... megnið af tímanum.

2. *Tilfinningu*. Því sterkari tilfinning sem tengist hugsuninni, samræðunum eða athöfninni, því færri endurtekningar þarf til að búa til nýtt viðhorf. Þetta á því miður við bæði um jákvæðar og neikvæðar tilfinningar.

3. *Fyrstu persónu hugsun*. Að hugsa og tala í fyrstu persónu hefur veruleg áhrif á það hvort undirvitundin meðtekur ný forrit eða ekki. Í því samhengi er eftirtektarvert að sjá hvernig fólk fer oft að tala um sig í þriðju persónu þegar að það vill aftengja sig einhverju slæmu? „Maður er náttúrlega ekki fullkominn." „Maður getur nú ekki gert allt." Ég hef heyrt heilu samræðurnar fara fram í þriðju persónu. „Menn" eru jú alltaf að tala saman. Hið skrýtna er að slíkt

hið sama er oft notað þegar að fólk vill draga úr hrósi. „Maður er svo sem ágætur."

Ef þú notar þessi þrjú atriði *samtímis* geta áhrifin verið mjög öflug. Þú myndar smám saman ný viðhorf með því að hugsa/tala oftar um það sem þú vilt, gera það með sterkri jákvæðri tilfinningu og í fyrstu persónu. Ef þú vilt draga úr einhverju sem plagar þig skaltu endurtaka það sjaldnar, tengja það sem minnstri tilfinningu og tala um það í þriðju persónu, t.d. sem gamla forritið. Dæmi um setningu: „Ég er mjög jákvæður og ákveðinn. Gamla forritið var hins vegar hlédrægt og neikvætt."

Þú spyrð auðvitað: „Getur þetta mögulega verið svona einfalt?" Svarið er nei, en þetta er mjög góð byrjun.

Í upphafi árs 2007 hélt ég fyrirlestur fyrir kvenfélag hér á landi fyrir fullu húsi og við áttum saman mjög ánægjulega kvöldstund. Þar sagði ég meðal annars frá því að fyrir tíu árum hefði mér verið kennt að segja „ég er frábær" og „ég elska sjálfan mig eins og ég er" fyrir framan spegil. Í fyrsta sinn sem ég sagði það fannst mér ég vera hræsnari. Ég trúði ekki mínum eigin eyrum jafnvel þótt orðin kæmu úr mínum eigin munni. Með endurtekningu fór mér að líða örlítið betur með þessa yfirlýsingu um sjálfan mig. Með enn meiri endurtekningu fæddist sterkari tilfinning sem gerði það að verkum að ég fór að trúa því sem ég var að segja. Ég nota þessar setningar enn þann dag í dag á eintali við sjálfan mig. Ein kona úr hópnum sagði þá að móðir mín, Guðrún G. Bergmann, hefði einmitt verið með fyrirlestur hjá þeim fyrir tíu árum síðan og sagt þeim frá sömu hugmynd. Mér datt í hug að sjá hver árangurinn hefði verið og spurði hversu margar konur hefðu verið á þeim fyrirlestri. Mikill meirihluti kvennanna réttu upp hönd. Í framhaldi spurði ég hversu margar þeirra hefðu notað þessar einföldu en áhrifaríku setningar reglulega á síðustu tíu árum. Ein kona rétti upp hönd. Fyrir tíu árum síðan var þeim kynnt aðferð sem hafði þann möguleika að breyta lífi þeirra til hins betra. Aðeins ein kona notaði hana!? Um þetta fyrirbrigði segir fyrirlesarinn Jim Rohn: „Hvað ef eitt epli á dag kemur heilsunni í lag? Hvað ef það er satt? Það er auðvelt að borða eitt epli á dag. En það sem er auðvelt að gera er líka auðvelt að gera ekki."

Allir hafa heyrt hugmyndir um eitthvað sem væri gott að gera. Eini munurinn á þeim sem heyra góðar hugmyndir og hinum sem ná árangri er að hinir síðarnefndu *framkvæma*. Í þessari bók finnur þú mikið af einföldum aðferðum sem er auðvelt að koma í framkvæmd og samhæfa daglegu lífi. Þú þarft bara að nota þær.

Þessi vísir að forritunarmáli kemur víða fram. Langtímaminni byggist t.d. fyrst og fremst á endurtekningu og sterkri tilfinningu. Ef þú hugsar til æsku þinnar manstu líklega best eftir því sem gerðist oft eða því sem hafði sterk tilfinningaleg áhrif á þig, hvort sem þau voru góð eða slæm. Allir muna t.d. hvar þeir voru þegar þeir heyrðu fréttir af hryðjuverkunum 11.september 2001.

Einnig er nokkuð ljóst að allar auglýsingastofur kunna að nýta forritunarmálið til að koma vörum og þjónustu á framfæri í gegnum sömu aðferðir, þ.e. endurtekningu og sterka tilfinningu. Hafðu það í huga næst þegar að þig langar í eitthvað. Er það þín hugsun eða forritun í gegnum auglýsingar sem kallar fram þessa löngun? Íhugaðu það. Þegar upp er staðið verðum við öll að verða auglýsendur í eigin huga ef við viljum kalla fram varanlegar breytingar.

Internetið

Internetið er sá hluti tölvusamlíkingarinnar sem ég mun minnst nota í þessari bók en að sama skapi er hann mögulega sá öflugasti. Skemmst er frá því að segja að margir sálfræðingar, heimspekingar og aðrir fræðimenn hafa rætt um fyrirbrigði sem þeir kalla ýmist yfirvitund, samvitund eða samundirvitund. Ég hef einnig heyrt sama fyrirbæri kallað innri stjórnanda og jafnvel sál. Margar mismunandi hugmyndir hafa verið settar fram um tilgang, tilurð og notkunarmöguleika á þessum hluta hugans. Flestir virðast sammælast um að með djúpri íhugun eða hugleiðslu, slökun og ýmsum öðrum aðferðum megi virkja þennan hluta hugans sem hefur m.a. að geyma innsæisvitundina. Með því að virkja innsæið stökkva hugmyndir oft fullmótaðar fram, en hvaðan koma þær? Miklar rannsóknir fara nú fram um allan heim á möguleikum yfirvitundarinnar. Ég hlakka til að fylgjast með frekari niðurstöðum næstu ár auk þess sem ég fylgist auðvitað náið með áhrifum minnar eigin hugleiðsluiðkunar. Ef þú vilt læra meira um virkni yfirvitundarinnar hvet ég þig til að setja upp þína eigin rannsóknarstofu t.d. með því að byrja að hugleiða (sjá kafla fimm) og fylgjast með áhrifunum.

Vélabúnaðurinn

Að síðustu vil ég ræða stuttlega um vélbúnaðinn sem jafngildir líkamanum í tölvusamlíkingunni. Líkamsástandið hefur töluverð áhrif á það hversu mikla eða litla stjórn manneskja hefur á huga sínum, líkt og vélbúnaður hefur áhrif á forritunarmöguleika tölvueigandans. Erfitt er að keyra ný forrit á gömlum tölvum. Að sama skapi vita allir að verkir, hreyfihömlur, veikindi eða jafnvel fíknir geta haft mjög hamlandi áhrif á hugarstjórn einstaklingsins. Þá er ekki þar með sagt að aðeins þeir heilbrigðu geti náð stjórn á huganum, en því verður ekki mótmælt að það er þeim auðveldara. Á móti kemur að margir þeir sem teljast fatlaðir eða stríða við aðrar líkamlegar hömlur gera oft meira við sín takmörkuðu verkfæri en þeir sem eru við fulla heilsu.

Hvernig nýtist þessi tölvusamlíking?

Hún hjálpar fólki að skilja hverju það getur stjórnað og hverju ekki. Hið eina sem tölvueigandinn getur öðlast fulla stjórn á er lyklaborðið. Aðeins í gegnum lyklaborðið getur hann haft áhrif á það sem kemur fram á skjánum og forritin á harða disknum.

Hið sama á við um okkur mannfólkið. Hið eina sem við getum haft algjöra stjórn á er *einbeitingin – athyglin*. Vissulega getur áreiti komist inn í meðvitund okkur í gegnum gömul forrit undirvitundarinnar, innsæisvitund yfirvitundar eða úr umhverfinu, en almennt séð getur fólk einungis stjórnað athygli sinni og einbeitingu frá einni stund til annarrar. Með einbeittri en um leið afslappaðri athygli er hægt að hafa áhrif á þá hluta hugans, t.d. undirvitund, sem verður ekki stjórnað beint. Þeir sem vilja byggja upp nýtt og betra hugarfar beina þar af leiðandi meiri athygli að því sem þeir vilja öðlast. Ef þeir vilja skapa ný forrit eða viðhorf nota þeir forritunarmálið, þ.e. endurtekningu, tilfinningu og fyrstu persónu hugsun í bland við einbeitta athygli.

Samlíkingin er á sama tíma frelsandi og heftandi. Frelsið felst í því að vita hvers megnugur hugurinn er en höftin felast í sömu uppgötvun. Fólk veit hverju það getur stjórnað. Á sama tíma gerir það sér grein fyrir því að það getur ekki stjórnað öllu.

Í frelsinu uppgötvar fólk að það getur stjórnað athygli sinni. Með það í huga hlýtur að vera mikilvægt að þjálfa athygli og einbeitingu, líkt og íþróttamaður myndi þjálfa upp vöðva. Frelsið felst í því að skilja eftirfarandi setningu: „Ég veit að ég get ekki stjórnað gömlum viðhorfum (forritum), en ég get stjórnað því hvernig ég bregst við gömlum viðhorfum, tilfinningum, hugsunum o.s.frv. Ég get að sama skapi stjórnað því hvernig ég bregst við umhverfinu, líkamsástandi mínu og öðru fólki. Ég ákvarða og stjórna því hvað fær athygli."

Höftin eru aðeins erfiðari. Eina viturlega viðbragðið við þeim er æðruleysi: „Fyrst ég veit að ég get ekki stjórnað öllum mínum hugsunum og ég get svo sannarlega ekki stjórnað umhverfi mínu bið ég um dómgreind til að skilja á milli þess hverju ég get stjórnað og hverju ekki." Æðruleysi er ekki það sama og kæruleysi. Æðruleysi segir: „Ég geri mitt besta."Kæruleysi segir:„Það skiptir engu máli hvað ég geri þannig að ég geri bara eitthvað."

Því miður halda margir að æðruleysisbænin sé einungis fyrir alkóhólista. Ekkert er fjarri sanni. Til upprifjunar segir bænin: „Guð gefðu mér æðruleysi, til að sætta mig við það sem ég fæ ekki breytt, kjark til að breyta því sem ég get breytt og vit til að greina þar á milli." Skilningurinn á æðruleysi gæti verið þessi: „Ég sætti mig við að ég get ekki breytt samferðarfólki mínu eða umhverfi, né heldur get ég breytt sumum af mínum gömlu viðhorfum (forritum) og tilfinningum, í það minnsta ekki á einni nóttu. Ég bið um kjark til að ná stjórn á athygli minni, kjark til að ná stjórn á hugsunum mínum, orðum og athöfnum. Að lokum bið ég stöðugt um vit til að greina þar á milli."

Ímyndum okkur að hugurinn sé eins og frjór jarðvegur...

Ef hugurinn er eins og frjór jarðvegur þá er mikilvægt að skilja að frjór jarðvegur er *hlutlaus*. Engu máli skiptir hvort þú sáir arfa, brenninetlu, blómum eða matjurtum, allt mun vaxa vel í frjóum jarðvegi. Ef að hugsanir eru fræ þá kemur í ljós að hugurinn skilar alltaf í samræmi við sáningu. Þeir sem sá jákvæðum fræjum fá jákvæða uppskeru. Þeir sem sá neikvæðum fræjum fáum við neikvæða uppskeru. Allir uppskera eins og þeir sá.

Í samlíkingunni má afhjúpa í það minnsta fjögur önnur náttúrulögmál.

1) Frá sáningu líður mislangur tími til uppskeru. Manneskja sem sáir í dag byrjar ekki að uppskera á morgun. Ungur bóndi sem var nýbúinn að kaupa land, byrjaði að sá og stóð síðan á akrinum og beið eftir uppskerunni. Eldri bóndi gekk upp að honum og sagði: „Þú hlýtur að vera nýr."
2) Þegar ný sáning hefst þarf sá sem sáir yfirleitt að sætta sig við uppskeru síðustu sáningar áður en uppskera af þeirri nýju lítur dagsins ljós. Oft gefst fólk upp við sáningu vegna þess að því líkar ekki uppskeran. Þegar að þú byrjar að sá nýjum hugsunum þarftu yfirleitt að sætta þig við uppskeru af þeim takmarkandi, hamlandi eða neikvæðu hugsunum

sem á undan komu. Hér þarf þolinmæði og æðruleysi til að ná árangri.

3) Arfi vex af sjálfu sér. Yfirleitt þarf ekki að sá arfa, hann vex af sjálfu sér. Hið sama á við um neikvæðni, pirring, o.s.frv. Til þess að fá nýja og betri uppskeru þarf að hlúa að henni.

4) Ef það er ekki að vaxa er það að visna. Stöðnun er ekki náttúrulegt ástand. Í náttúrunni allt annað hvort að vaxa eða visna og það á líka við um einstaklinginn.

Ég vil ítreka að samlíkingar eru í eðli sínu takmarkaðar og eiga sína annmarka. Þær virka eins og landakort. Landakort eiga að hjálpa fólki að skilja betur umhverfi sitt, ekki vera nákvæm eftirlíking. Ef slík kort eru of nákvæm geta þau orðið ruglandi fyrir þann sem vill aðeins komast leiðar sinnar.

Jákvæð og neikvæð hugsun

Ég er ákveðin í því að vera jákvæð og hamingjusöm, hverjar sem aðstæðurnar eru; því ég hef lært af eigin reynslu að mikið af hamingju okkar og að sama skapi vansældar byggist á viðhorfi okkar en ekki kringumstæðum.

- Martha Washington

Ef þú værir beðinn um að safna tíu þúsund krónum á tíu dögum gætir þú auðveldlega mælt árangurinn, þ.e. hvort þú sért að nálgast markmiðið. Ef það eru liðnir fjórir dagar og þú átt fjögurþúsund krónur ertu á réttri leið. Ef ekki, þá þarftu að leggja meira á þig.

En getur hið sama átt við ef þú ert beðinn um að vera jákvæðari eftir tíu daga en þú ert í dag? Er hægt að mæla jákvæðni og ef það er hægt, hvernig er það þá gert? Hvað er jákvæðni?

Byrjum á að skoða hvað jákvæðni er ekki. Verslunarstjóri messar yfir liði sínu fyrir jólatörn og segir: „Jæja. Nú skiptir miklu máli að við séum jákvæð. Alveg sama hvað kemur uppá. Allir jákvæðir. Jákvæðni er það sem skiptir máli. Bara vera jákvæð..." o.s.frv. Munu allir starfsmennirnir skilja verslunarstjórann á sama hátt? Nei! Allir munu vera með sína eigin útgáfu af því hvað jákvæðni er og haga sér í samræmi. Ástæðan er einföld.

Algengasti skilningurinn er misskilningur

Hver og einn er með sínar fyrirfram ákveðnu hugmyndir um meira og minna allt, þar á meðal hvað jákvæðni er. Fyrir einum er það að vera alltaf brosandi, fyrir öðrum er það að vera alltaf að segja brandara og fyrir enn öðrum er það að sjá ekkert nema það jákvæða og horfa algjörlega framhjá því neikvæða.

Engin af ofangreindum skilgreiningum stenst skoðun og þar af leiðandi mun fólkið ekki vinna í samræmi við það sem verslunarstjórinn var að biðja það um að gera. Bros er af hinu góða en enginn getur verið alltaf brosandi, brandarar eru skemmtilegir en hjálpa ekki mikið í þjónustustarfi og sá sem sér aðeins það jákvæða en horfir framhjá því neikvæða horfir oft framhjá augljósum vandamálum og verkefnum sem þurfa lausna við.

Mín fyrsta og mjög svo takmarkaða skilgreining á jákvæðni fæddist einmitt í gegnum verslunarstarf. Faðir minn átti tískuvöruverslanir sem voru þekktar undir nafninu Karnabær. Þar byrjaði ég ungur að vinna og lærði af samverkafólki mínu að vera alltaf brosandi og vingjarnlegur alveg sama hvernig mér leið. Sú skilgreining á jákvæðni takmarkaði mig í mörg ár. Ég var kominn á það stig að ef ég brosti ekki spurði fólk: „Er eitthvað að?" Mitt svar var alltaf nei, en auðvitað var eitthvað að. Stundum brosti ég allan daginn en fór svo heim og grét. Skilgreining mín jákvæðni var fráleit og þar af leiðandi voru allar mælingar á því hvort að ég væri jákvæður eða ekki mjög brenglaðar.

Uppbyggileg skilgreining á jákvæðni

Ég mun vinna út frá eftirfarandi skilgreiningu á jákvæðni í þessari bók. Líkt og með allar skilgreiningar gefur hún vísbendingu í rétta átt en ekki endanlega niðurstöðu.

JÁKVÆÐNI - felst í því að hugsa meira um lausnir,möguleika, tækifæri, markmið og drauma.

Þeir sem vilja vera jákvæðir hugsa einfaldlega meira um lausnir en þeir hugsa um vandamál, möguleika í stað þess að hugsa stöðugt um fyrirstöður, tækifæri í stað erfiðleika og þeir beina athygli sinni (lyklaborðinu) meira að draumum sínum og markmiðum. Jákvæð manneskja byrjar alltaf að leita lausna eftir að hún hefur skilgreint vandamál (verkefni). Jákvæð manneskja gerir sitt besta til að finna nýja möguleika og betri tækifæri. Jákvæð manneskja þarf ekki alltaf að vera brosandi.

Viðhorf austurlenskra bardagamanna er áhugavert í þessu samhengi. Þeir segja einfaldlega: „Þegar þú ert sleginn niður, gættu þess þá að detta á bakið, því ef þú getur séð upp, geturðu staðið upp." Jákvæðni felst ekki í því að halda að lífið sé auðvelt.

Ég man alltaf eftir að hafa lesið upphafsorðin „lífið er erfitt," í bók M. Scott Peck, *The Road Less Travelled*. Sú bók hafði gífurlega áhrif á líf mitt og hjálpaði mér að verða fullorðinn. Öll sölumennska um lífið sé auðvelt gerir kaupendum þeirrar hugmyndafræði mikinn grikk. Sættum okkur við það. Lífið er erfitt, en það þýðir ekki að það sé leiðinlegt, hræðilegt eða óttalegt, bara erfitt. Ef við göngum út frá því að lífið sé erfitt, þá munum við væntanlega hrasa, detta og jafnvel verða slegin niður. Því er mikilvægt að skilja að jákvæðni felst ekki í afneitun, t.d. með því að horfast ekki í augu við augljósa skapgerðarbresti eða yfirþyrmandi vandamál, heldur felst jákvæðni í því að sjá möguleikana, lausnirnar og tækifærin. Jákvæð manneskja svarar: „Ég veit að þetta er stórt vandamál, en hvað getum við lært hérna? Hverjir eru möguleikarnir? Hugsum um lausnir, hugsum um tækifæri!" Jákvæð manneskja hugsar um drauma sína og markmið í lífinu til þess að halda sér gangandi, til að finna innblástur og tilgang í heimi þar sem er auðvelt að dragast inn í neikvæða og niðurrífandi hegðun og umræðu. Jákvæðni felst í því að horfast í augu við hlutina eins og þeir eru, finna bestu mögulegu leiðina og fylgja henni síðan eftir. Jákvæðni sem ekki leiðir til framkvæmda er ekki jákvæðni, aðeins óskhyggja. Anthony Robbins gerir góðlátlegt grín að þeirri tilhneigingu á námskeiðum sínum þegar hann segir: „Ekki er nóg að standa úti í garði og segja: Hér er enginn arfi, hér er enginn arfi, hér er enginn arfi. Jákvæðni felst í því að viðurkenna tilvist arfans, leggjast á fjóra fætur og byrja að reita."

Hvað er neikvæðni þá?

Neikvæðni má finna í andstæðunni, þ.e. að hugsa mest um vandamál og fyrirstöður, sjá enga möguleika og eiga sér enga drauma. Við vitum öll að manneskja getur drukknað í drullupolli. En við vitum líka að eina leiðin til að gera það er að troða andlitinu eins djúpt ofan í hann og mögulegt er. Allir þekkja einhvern sem hefur viðhaldið neikvæðni í lífi sínu með því að taka hvert vandamálið á fætur öðru og baða sig uppúr því. Mín trú byggist hins vegar á því að enginn fæðist neikvæður. Ég tel að neikvæðni eigi sér m.a. rætur í vonleysi, úrræðaleysi og umhverfisáhrifum.

Tökum dæmi. Manneskja leyfir sér að vona, leyfir sér að dreyma og verður fyrir vonbrigðum. Hún byrjar að draga úr öðrum: „Ekki gera það sem ég gerði. Þú gætir særst." Umhyggjan getur smám saman breyst í öfund. „Hvað þykist þú eiginlega geta gert?" Í framhaldi byggist upp kaldhæðni, hroki og yfirgangur, jafnvel hatur, biturð og reiði. Neikvætt hugarfar byrjar í flestum tilfellum sakleysislega en ef við skoðum forritunarmálið úr samlíkingunni við tölvuna þá er nokkuð ljóst að neikvæðni getur orðið að rótgrónu viðhorfi með nægilegri endurtekningu, tilfinningalegri tengingu (neikvæðri) og fyrstu persónu hugsun (ég kann ekki, ég get ekki, ég veit ekki, ég skil ekki, ég vil ekki o.s.frv.).

Úrræðaleysi tengist yfirleitt skorti á sjálfstrausti sem við munum ræða nánar í þriðja kafla. En hvað með umhverfisáhrifin? Manneskja sem gengur inn í neikvæðan hóp í þeim tilgangi að breyta gangi mála gæti allt eins verið að ganga út í mýri. Fyrir henni virðist kannski í fyrstu að aðrir séu að rísa uppúr í mýrinni en í sannleika sagt er hún sjálf að sökkva. Brian Tracy fullyrðir að jákvæð manneskja geti aldrei breytt neikvæðri manneskju sem vill ekki breytast. Hann segir enn fremur að líklegra sé að jákvæða manneskjan verði smám saman neikvæðari. Keith Cunningham segir einfaldlega: „Maðurinn verður meðaltalið af þeim fimm manneskjum sem hann umgengst mest."

Hér á eftir fylgir dæmi sem ég nota oft á námskeiðum mínum. Áður en lengra er haldið vil ég samt benda á eitt. Dæmið er hugsað sem útgangspunktur í persónulegri sjálfsskoðun hvers og eins. Ekki nota hugmyndina til að byrja að dæma alla í kringum þig. Yfirleitt veit enginn nóg um aðra manneskju til að geta dæmt hana hvort sem er.

Ímyndum okkur þrjár manneskjur (mynd).
50% jákvæð og 50% neikvæð.
30% jákvæð og 70% neikvæð.
70% jákvæð og 30% neikvæð.

Mín reynsla segir að fyrsta manneskjan sé í raun á versta staðnum. Hún er hvorki nægilega ánægð til að vilja meira af því góða, né nægilega óánægð til að vilja gera eitthvað róttækt. Hún siglir bil beggja, vill líklega ekki rugga bátnum, er illa við breytingar og telur sér trú um að lífið sé nú bara svona. Slík manneskja lifir í „örvæntingafullri þögn" eins og heimspekingurinn Thoreu orðaði það.

Önnur manneskjan sem er að mestu neikvæð hugsar og talar mest um vandamál sín og fyrirstöður. Hún sér afar fáar lausnir og finnst heimurinn almennt vera að fara til fjandans. Hún hópast í kringum aðra sem hugsa á sömu nótum. Umræðuefnin eru yfirleitt vandamál heimsins eða persónuleg vandamál (ekki lausnir, bara vandamál). Fórnarlambshugsunin er ríkjandi. Þegar að einn er búinn segja frá sínu vandamáli byrjar næsta setning hjá öðrum í hópnum yfirleitt á orðunum: „Þetta er nú ekkert, þú ættir að vita hvað kom fyrir mig."

Ég vil alls ekki gera lítið úr þeirri vanlíðan sem fylgir slíkum hugsunarhætti. Þetta er mjög erfiður staður til að vera á og því miður þarf fólk sem er orðið svo neikvætt yfirleitt mikinn sársauka til að vilja gera breytingar. En það þarf ekki að vera þannig. Neikvæðni og jákvæðni snúast fyrst og fremst um val. Aðstæðurnar skapa ekki manninn að öllu leyti.

Ein áhrifamesta bók sem hefur verið skrifuð um val mannsins á hugsunum og viðhorfum heitir *Leitin að tilgangi mannsins* eftir Viktor Frankl. Frankl lifði af útrýmingarbúðir nasista. Reynsla hans í seinni heimstyrjöldinni gerði honum kleift að setja á fót nýja hugmyndafræði í sálfræði sem heitir lógóþerapía. Þar bendir hann einfaldlega á að fólk hefur val um viðhorf sitt í hvaða aðstæðum sem er.

Neikvæðni er hugarástand. Sá sem beinir athygli sinni að öllu sem getur mögulega farið úrskeiðis er og verður neikvæður svo lengi sem hann heldur áfram að hugsa á sömu nótum. Viðkomandi hefur valið að magna upp neikvæða tilfinningu með því að beina athyglinni einungis að því sem hann er óánægður með.

Fólk sem á fullt af peningum og hefur alla möguleika til að gera lífið ánægjulegt getur fundið alveg jafn marga hluti til að kvarta yfir og fólk sem er fátækt. Báðir hópar geta valið að lifa í neikvæðni og vanlíðan ef þeir kjósa athygli sinni neikvæðan farveg. Að sama skapi geta aðilar úr báðum hópum valið að lifa í lausninni í stað þess að verða hluti af vandamálinu, þeir geta valið að beina athygli sinni í jákvæðan farveg. Og ef drullupollurinn eru orðinn að stórsjó er bara ein lausn - þeir læra að synda!

Oft er erfitt að horfa upp á fólk sem hefur valið sér neikvæðni í lífinu en því miður eru engar aðferðir til sem gera okkur kleift að breyta hugarfari annarra gegn vilja þeirra. Einungis er hægt að stjórna sínum eigin hugsunum, orðum og athöfnum. Ekki er hægt að stjórna öðrum. Hægt er að benda á gallana, ræða um vandamálin og bjóða lausnir. Ef einhver vill þiggja hjálp er kannski hægt að hjálpa. En ef viðkomandi vill ekki breytast er líklegt að afskiptasemi geri bara illt verra.

Þess má geta að í bæ einum í Bandaríkjunum var ákveðið að stofna svarsýnisklúbb. Á stofnkvöldinu var húsfyllir en öll atkvæði voru greidd gegn stofnun klúbbsins vegna þess að enginn hafði trú á að hann myndi ganga.

Þriðja manneskjan sem er að mestu jákvæð hugsar fyrst og fremst um lausnir, möguleika, tækifæri, drauma og markmið. En á móti kemur að hún er samt 30% neikvæð. Ein mikilvægasta uppgötvun síðari ára hjá mér er sú að það er ekki hægt að vera 100% jákvæður!

Fyrir rúmum þremur árum fannst mér ég vera búinn að lesa allar bækurnar, fara á öll námskeiðin, iðka nægilega mikla hugleiðslu og í raun gera allt sem ég átti að gera til þess að geta alltaf verið jákvæður. Suma daga hafði ég verið 90% jákvæður en að kvöldi dags barði ég sjálfan mig niður fyrir 10% neikvæðni og varð þess vegna enn neikvæðari. Sem betur fer var þetta tímabil stutt og uppgötvunin sem ég gerði í framhaldi var frelsandi á margan hátt.

Einhver gæti spurt: „En þetta ekki bara afsökun? Hvers vegna er ekki alltaf hægt að verða 100% jákvæður?" Vegna þess að við getum aðeins stjórnað athygli okkar og henni er ekki hægt að stjórna fullkomlega allan sólarhringinn. Þar að auki geta gömul forrit, umhverfisáhrif og annað fólk haft mismunandi áhrif á okkur. Við getum aðeins stjórnað því hvernig við bregðumst við, þ.e.a.s. eftir að við erum komin í ójafnvægi.

Markmiðið ætti því *aldrei* að vera 100% jákvæðni, því það er óraunhæft. Jákvætt hugarfar þarf að endurnýja á hverjum degi. Enginn er nokkurn tíma búinn að ná því. Jákvæðni byggist á vali. Hvað fær athygli í dag? Manneskja sem vill byggja upp jákvæðni ákveður á hverjum morgni að hugsa meira um markmið sín og drauma. Hún venur sig smám saman á, með þjálfun, þolinmæði og þrautseigju, að leita oftar lausna, hugsa um tækifæri og æfa sig í að sjá möguleika þar sem aðrir sjá enga. Þannig mun hún byggja upp jákvætt viðhorf og viðhorf hennar munu hafa veruleg áhrif á það sem hún gerir, venur sig á og hvernig hún upplifir lífið.

Allt sem þú hugsar um vex

Þú verður að búast við einhverju af sjálfum þér áður en þú getur framkvæmt það.
- Michael Jordan

Skilaboð þessa fyrsta kafla bókarinnar eru nokkuð augljós. Þú ert það sem þú hugsar um. Allt sem þú hugsar um vex - í huganum. Og það sem vex í huganum hefur áhrif á tilfinningar þínar. Þær hafa í beinu framhaldi áhrif á það sem þú gerir. Og það sem þú gerir skapar líf þitt eins og það er.

Í bók sinni *Feeling Good* frá árinu 1980 segir David Burns, einn af upphafsmönnum hugrænnar atferlismeðferðar, frá nýrri meðferð við þunglyndi sem byggist nákvæmlega á þessari huglægu endurskilgreiningu. Hugmyndafræðin er viðurkennd í dag og er töluvert mikið notuð en þótti byltingarkennd á sínum tíma. Hún byggir á mörgu leyti á svipaðri nálgun og þeirri sem ég notast við í þessum kafla. Hugsanir hafa áhrif á það hvernig fólki líður og því er hægt að breyta líðan sinni með því að breyta hugarfarinu. Í dag viðurkenna flestir sálfræðingar að hugsanir hafi áhrif á tilfinningar en áhrifum hugsana lýkur ekki þar.

Hugsanir okkar hafa áhrif á allt í lífinu, frá fjármálum, heilsufari og sjálfstrausti til tengingar okkar við Guð og aðra menn.

Í upphafi bókar sinnar *The Magic of Thinking Big* segir David Schwartz t.d. frá venjulegum manni sem náði þeirri stöðu að vera söluhæstur í sínu fyrirtæki ár eftir ár. Við nánari skoðun kom í ljós að hann var ekki með betri menntun en aðrir, hann var ekki myndalegri, hann var ekki með bestu viðskiptavinina eða forskot á samstarfsmenn sína að öðru leyti. Hið eina sem aðskildi hann frá hinum sem seldu minna var hugarfarið. Hann hugsaði stærra. Það var allt og sumt.

Engu máli skipti hvar okkur ber niður. Hvað aðskilur t.d. þá íþróttamenn sem eru góðir og íþróttamenn sem eru bestir? Líkamlegur munur á þeim sem er í fyrsta sæti á Ólympíuleikum og þeim sem er í fjórða sæti er varla mælanlegur. Hugarfarið er það sem skilur á milli. Og hvað hugsa þeir um sem vinna? Þeir hugsa um styrkleika sína, möguleika, tækifæri, markmið sín og drauma. Þeir hugsa um að gera sitt allra besta í hvert skipti. Þeir hugsa um að vinna.

Mig langar að nefna persónulega reynslusögu sem dæmi. Þegar að ég hafði stundað jógaæfingar í tæpt ár gekk kennari upp að mér og vildi kenna mér að standa á höfðinu. Það hafði ég aldrei gert, ekki einu sinni sem barn og hafði þar af leiðandi ekki trú á að mér myndi takast það. Hann sagði mér þá að æfa mig fyrst í huganum. Ég hugsaði með mér að það yrði nú ekki svo mikið mál en þegar að ég byrjaði að reyna að sjá mig fyrir mér í höfuðstöðu, þá datt ég alltaf. Í huganum! Ég datt í huganum vegna þess að ég hafði ekki trú á að ég gæti náð árangri. Með einbeittum vilja náði ég að yfirstíga þann ótta og sjá fyrir mér fullkomna höfuðstöðu. Í framhaldi tók það tvo mánuði að þjálfa höfuðstöðuna upp líkamlega eftir að mér hafði tekist að þjálfa hana upp í huganum. Í dag get ég staðið áreynslulaust á höfðinu. En líttu á ferlið. Fyrst þarf að trúa, svo þarf að æfa og í framhaldi af því kemur árangurinn. Hugsunin er til alls fyrst. Ef það hefst ekki sem hugsun, þá gerist það ekki.

Læknirinn John Sarno hefur unnið gífurlega mikið starf og framkvæmt fjölda rannsókna um tengsl milli huglægrar spennu og líkamlegra verkja eða stoðverkja. Í gegnum námskeið sín og bækur hefur hann unnið þrekvirki og hjálpað þúsundum einstaklinga að losna við króníska verki með einföldum hugarfarsbreytingum. Á sama sviði starfa læknar eins og Bernie Siegel, Dean Ornish, Andrew Weil, Deepak Chopra og fleiri.

Ótal dæmi eru t.d. um að fólk hafi læknast af alvarlegum sjúkdómum með lyfleysum. Í þeim tilfellum fær fólk sykurpillur en er á sama tíma sagt að um nýja meðferð sé að ræða. Tiltrúin á bata er það eina sem breytist. Hlutfallslega margir í þessum rannsóknum hljóta fullan bata. Hið áhugaverða er að þegar sama fólk fær að vita sannleikann um lyfleysurnar verður það í mörgum tilfellum aftur veikt!

Hugurinn er sannarlega afl sem taka verður mark á þegar kemur að líkamlegri heilsu. Hann er ekki eina aflið og hefur ekki þau úrslitaáhrif um líf og dauða sem margir vilja halda fram, en niðurstöður úr fjölda rannsókna á þessu sviði gefa sannarlega til kynna að viturlegt sé að virkja hið jákvæða afl hugans samhliða öðrum meðferðum innan læknavísindanna.

Í jógaheimspeki er þjálfun hugans lykilatriði. Þar er t.d. talað um að iðkandinn þurfi að verða einhuga, þ.e. algjörlega einbeittur að sínu æðra sjálfi eða sínum æðri mætti til þess að hann geti hugljómast.

Allt sem þú hugsar um vex. Hvort sem það er gott eða slæmt. Í bók sinni *You Get What You Really, Really, Really, Really Want* segja Wayne Dyer og Deepak Chopra: „Góðu fréttirnar eru að þú færð það sem þú virkilega, virkilega, virkilega, virkilega vilt. Slæmu fréttirnar eru að þú færð líka það sem þú virkilega, virkilega, virkilega, virkilega vilt ekki. Ástæðan? Hvort tveggja fær jafnmikla athygli."

Til að undirstrika þetta enn frekar vil ég hafa eftir sögu um þjálfunaraðferð kappakstursbílstjóra sem ég hef heyrt vitnað í á fjölmörgum námskeiðum. Í hinum svokallaða Daytona kappakstri í Bandaríkjunum þá fara bílarnir hring eftir hring á mun styttri braut og minni hraða en í formúlunni. Ef bílarnir byrja að snúast þá er hægt að koma þeim út úr snúningnum ef eftirfarandi aðferð er notuð. Ökumenn sem vilja ná aftur stjórn á bílunum sínum verða að einbeita sér að akbrautinni. Þeir verða að horfa á þann stað sem þeir vilja enda á. Ef þeir horfa á vegginn á meðan að bíllinn snýst þá enda þeir á veggnum. Geturðu ímyndað þér? Bíllinn byrjar að snúast, þú sérð vegginn, stirðnar af ótta og hugsar: „Ég ætla ekki að lenda á veggnum, ég ætla ekki að lenda á veggnum, ég ætla ekki að lenda á veggnum." Vandamálið er að því meira sem þú hugsar um vegginn, því líklegra er að þú endir á honum. Bílstjórarnir verða að aga sig til að hugsa: „Hvar er brautin? Nú finn ég brautina, ég finn brautina." Líkurnar á því að þeir nái bílnum út úr snúningi margfaldast þegar að þeir nota þessa aðferð.

Fyrir nokkrum mánuðum lánaði vinur minn mér þjálfunarmyndband um mótorkross. Þar var sama hugarfar notað. Þegar að menn keyra inn í drullusvað í beygjum þurfa þeir að horfa strax upp, þ.e. þeir verða að horfa þangað sem þeir vilja fara. Ef þeir horfa ofan í drulluna stoppar hjólið þar.

Yfirfærum þessa aðferð á eigið líf. Því meira sem fólk hugsar: „Ég vil ekki fitna, ég vil ekki fitna o.s.frv.", því líklegra er að það haldi áfram að borða yfir sig. Þeir sem vilja breytingar verða að hugsa sig granna. „Ég er heilsuhraust og grönn manneskja." Aðalatriðið er að hugsa um lausnina. En fjármál? Ef fólk hugsar alltaf: „Af hverju á ég aldrei peninga. Ég á aldrei peninga. Rosalega skulda ég mikið," þá það að hugsa um „vegginn" í samlíkingunni, þ.e. staðinn sem það vill *ekki* enda á. Ef fólk velur að hugsa um leiðir til að auka fjárstreymið, spara og fjárfesta er líklegra að ástandið breytist.

Þeir sem hafa kynnt sér barnauppeldi hafa vafalaust kynnst hugmyndinni um það að segja aldrei ekki. Tökum dæmi. Þegar að foreldri segir: „Ekki standa svona nálægt sjónvarpinu," þá þarf barnið fyrst að hugsa um að standa nálægt sjónvarpinu, áður en það getur hugsað um að standa ekki nálægt sjónvarpinu. Eðlileg viðbrögð hjá börnum eru því oft að stíga skref í átt að sjónvarpinu áður en þau taka skref aftur á bak. Réttara væri að benda og segja: „Viltu gjöra svo vel að sitja hér á meðan að þú horfir á sjónvarpið." Þannig segir foreldrið hvað það vill að barnið geri í stað þess að benda á það sem það vill að barnið geri ekki.

Í Seðlabankanum í Bandaríkjunum er sérstök deild sem sérhæfir sig í fölsunum. En þótt að það virðist mótsagnakennt skoðar sú deild ekki falsaða peninga alla daga. Þar eru aðeins skoðaðir raunverulegir peningar. Allt sem lítur ekki út eins og raunverulegu peningarnir er falsað. Því miður eru sumir orðnir sérfræðingar í fölsunum í sínu lífi. Þeir vita nákvæmlega hvað þeir vilja ekki en vita ekkert hvað þeir vilja.

Skilaboðin eru einföld. Aðalatriðið er að hugsa meira um það sem maður vill, aga sig til þess að hugsa oftar um lausnir, möguleika, tækifæri, drauma og markmið. Allt hefst sem hugsun. En hugsunin er aðeins fyrsta skrefið. Framkvæmd verður að fylgja í kjölfarið.

Samantekt úr fyrsta kafla

Hugsun er til alls fyrst. Hugsanir endurspeglast í tilfinningalífi, framkvæmdum, listum, samskiptum, íþróttum, viðskiptum og á öllum þeim sviðum sem manneskjan tengist á einhvern hátt. Tvær samlíkingar geta hjálpað fólki að skilja hugann betur.

Annars vegar má líkja huganum við tölvu. Þá er lyklaborðið einbeiting, skjárinn jafngildir meðvitund, harði diskurinn er undirvitund, internetið er yfirvitund og vélbúnaðurinn er táknrænn fyrir líkamann. Lyklaborðið eða athyglin er það eina sem hægt að ná fullri stjórn á. Vísir að forritunarmáli getur hjálpað fólki að byggja upp ný viðhorf í gegnum endurtekningu, sterka tilfinningu og fyrstu persónu hugsun. Viðhorf breytast yfirleitt ekki á einni nóttu heldur tekur yfirleitt lengri tíma að endurmeta og forrita.

Á hinn bóginn má líkja huganum við frjóan jarðveg. Þá eru hugsanir fræ sem skila uppskeru lífsins. Frjór jarðvegur skilar alltaf góðri uppskeru og því er mikilvægt að velja hugsanir vandlega. Fjögur náttúrulögmál gilda einnig um hugann. 1) Tími líður frá sáningu til uppskeru. 2) Áður en ný uppskera lítur dagsins ljós þarf að sætta sig við uppskeru síðustu sáningar. 3) Arfi vex af sjálfu sér. 4) Ef það er ekki að vaxa er það að visna.

Jákvæðni felst í því að hugsa meira um lausnir, tækifæri, möguleika, markmið og drauma. Ekki er hægt að vera 100% jákvæður vegna þess að athyglinni er ekki hægt að stjórna allan sólarhringinn. Aðeins er hægt að stjórna því sem maður hugsar, segir og gerir með athygliþjálfun. Með því að þjálfa athyglina og beina henni í jákvæða átt og þjálfa á sama tíma upp æðruleysi gagnvart því sem maður hefur ekki stjórn á verður lífið ánægjulegra á allan hátt.

2.kafli - Streita og slökun

Jafnvel þó að margar vísindalegar niðurstöður telji að aðferðir sem leitast við að tengja huga, líkama og sál séu áhrifaríkari en hefðbundnar læknis- eða sálfræðiaðferðir til að takast á við streitu og streitutengda sjúkdóma, þá kunna læknar og meðferðaraðilar yfirleitt ekki að nota þær."
- Lori A. Leyden-Rubenstein

Hafðu eftirfarandi spurningar í huga á meðan að þú lest þennan kafla.

- Hvað er streita og hvernig hefur hún áhrif á mitt líf?
- Er streita alltaf slæm?
- Hvað get ég gert til að draga úr streitu?

Segja má að hugtakið streita hafi að mörgu leyti mótað mitt líf síðastliðin tíu ár. Á bilinu áttatíu til nítíu prósent þeirra sem sóttu jógatíma og námskeið til mín á þeim tíma gerðu það til að draga úr streitu. Veturinn 2006-2007 hélt ég fyrirlestra um streitu og slökun fyrir hátt á fjórða þúsund Íslendinga. Streita spilar stóran þátt í lífi flestra. En þrátt fyrir það eru allt of margir sem vita ekki hvað streita er. Þegar að ég spyr á fyrirlestrum mínum og námskeiðum telja þátttakendur yfirleitt upp afleiðingar streitu og nefna t.d. höfuðverki, svefntruflanir, einbeitingarskort, kvíða, háan blóðþrýsting, magasár, hjartsláttartruflanir, vöðvabólgu og fleira.

Vissulega vilja margir læknar meina að allt að áttatíu til nítíu prósent þeirra sjúkdóma sem hinn vestræni heimur er að etja við í dag megi rekja til streitu, en í umræðunni má ekki rugla saman orsök og afleiðingu. Fólk sem ekki veit hver orsökin er fer yfirleitt að berjast við afleiðingarnar, það reynir máttleysislega að slá á einkennin án þess að skilja rætur vandans og þess vegna koma sömu vandamálin yfirleitt upp aftur og aftur.

Deyfing er notuð til að slá á einkennin

Hugtakið deyfing á vel við þegar talað er um að slá á afleiðingarnar. Ef þú ferð til tannlæknis með tannpínu og segir við hann: „Heyrðu, ég er eiginlega að flýta mér dálítið. Ertu til í að deyfa mig bara ég hef ekki tíma til að láta gera við tönnina," hvað er þá líklegt að tannlæknirinn segi? „Auðvitað get ég deyft þig kæri vinur en það mun ekki laga vandamálið. Þar að auki muntu þurfa annan skammt af deyfingu fljótlega. Í raun mun vandamálið að öllum líkindum versna og þú munt þurfa stærri og stærri skammta af deyfingu. Viltu ekki bara forða þér frá þessu öllu og klára málið núna?"

Hver eru einkenni deyfingar? Í fyrsta lagi leysir hún engan vanda og í öðru lagi mun sá sem er að deyfa sig þurfa sífellt stærri skammta til að ná fram sömu deyfingu eftir því sem tíminn líður. Deyfing er í daglegu tali oft misnefnd sem vellíðan eða nautn.

Í tengslum við streitu vil ég telja upp fimm algengar aðferðir sem fólk í okkar samfélagi notar til að deyfa sig fyrir einkennum og afleiðingum. Þær eru (1) áfengi/fíkniefni, (2) lyf (t.d. verkjalyf), (3) matur, (4) tóbak og (5) sjónvarpsgláp. Ég vil taka fram að notkun á þessum aðferðum er ekki skilgreind sem deyfing nema um misnotkun að ræða.

Eitt rauðvínsglas annað slagið er ekki deyfing, en hálf flaska á kvöldi eða húrrandi fyllerí um hverja helgi er það líklega. Eðlileg notkun verkjalyfja er ekki deyfing, en stöðug inntaka án lífsstílsbreytinga er það líklega. Mataræði sem uppfyllir næringarþörf er ekki deyfing, en stöðug þörf fyrir nart, nammi og stærri matarskammta er það líklega. Þó er ein undantekning, því öll tóbaksnotkun er deyfing - það þekki ég vel af eigin raun.

Áður en lengra er haldið vil ég taka fram að ég skil mjög vel hvers vegna fólk notar deyfiaðferðir. Ég notaði þær sjálfur. Þær eru tímabundin lausn við sársaukanum sem skapast af langvarandi streitu. Mín afsökun var sú að ég vissi ekki betur. Eftir að ég fór að nota þær aðferðir sem ég kenni í þessari bók hefur þörfin fyrir deyfingu snarminnkað. Að vísu á ég það ennþá til að borða yfir mig og horfa og mikið á sjónvarp en er löngu hættur að reykja og misnota áfengi.

Allir skilja hvernig misnotkun á áfengi, mat, lyfjum og tóbaki getur virkað sem deyfing en margir reka upp stór augu þegar að ég nefni sjónvarpsgláp. Til þess að skilja hvers vegna sjónvarpsgláp telst til deyfiaðferða er mikilvægt að skilja muninn á slökun og leti. Megin munurinn á slökun og leti kemur fram í því hvernig okkur líður eftir á. Að loknu letikasti erum við yfirleitt orkulaus en að lokinni slökun erum við orkumeiri. Sjónvarpsáhorf getur að mörgu leyti verið uppbyggjandi og virkað sem góð afþreying, fullnægt þörf okkar fyrir tilbreytingu og verið þekkingarhvetjandi. En þegar að fólk sest fyrir framan sjónvarpið og flettir stöðugt á milli stöðva, liggur hreyfingarlaust í lengri tíma eða notar jafnvel sjónvarpið til að sofna, gerir það sér yfirleitt ekki grein fyrir því hversu slæm áhrifin geta orðið til lengri tíma.

Að nota letjandi sjónvarpsgláp sem deyfingu er nefnilega nátengt öðru nútíma vandamáli, þ.e.a.s. svefntruflunum. Í hugum margra birtast svefntruflanir aðeins sem erfiðleikar við að sofna og/eða sem mjög léttur svefn þannig að fólk er stöðugt að vakna á næturnar. En sú tegund svefntruflana sem margir þjást af án þess að gera sér grein fyrir því birtist þannig að fólk sofnar auðveldlega og telur sig sofa vel en vaknar alltaf dauðþreytt.

Hvernig tengist það sjónvarpsglápi? Til eru tvær tegundir af svefni, draumsvefn og draumlaus svefni. Í draumsvefni er talið að við vinnum úr öllu því áreiti sem við tökum inni yfir daginn en í draumlausum svefni fáum við lífsnauðsynlega hvíld. Eitt form pyntinga er að neita fólki um djúpan draumlausan svefn. Því meira áreiti sem við tökum inn yfir daginn, því meiri tími fer í draumsvefn og því minni í draumlausan svefn. Afleiðingin er minni hvíld. Fólk sem horfir á sjónvarp, er í tölvum, GSM símum eða er með annað áreiti í gangi allt fram að því að það fer að sofa dreymir meira, hvílist minna og finnur þar af leiðandi oft fyrir verulegum þreytueinkennum á morgnana. Þetta er ein ástæða fyrir svefntruflunum, ekki eina ástæðan. Til að draga úr þreytunni getur verið gott að slökkva fyrr á sjónvarpinu, hægja á sér og gera eitthvað sem krefst ekki mikillar hugsunar. Þannig vinnur fólk úr hluta af áreitinu fyrir svefninn og þarft ekki að verja eins miklum tíma í draumsvefn.

Í janúar 2007 kom átján ára strákur á námskeið hjá mér með foreldrum sínum. Á sunnudeginum og sagði hann mér að hann notaði fjórar af þessum fimm deyfiaðferðum á hverjum degi.

Streita er ekki bara fullorðinsvandamál! Geturðu ímyndað þér hvernig þessum dreng mun líða eftir tíu ár ef hann heldur áfram á sömu braut? Og þá verður hann aðeins tuttugu og átta ára. Þetta er að gerast alls staðar í þjóðfélaginu og hlýtur að vekja upp spurningar, t.d. um ábyrgð foreldra gagnvart börnum sínum. Streita barna er velmegunarvandamál og snýr m.a. að valkvíða sem ég ræði meira um aftar í þessum kafla. Með því að setja börnum skýrari mörk og kenna þeim að velja og hafna má hjálpa þeim að draga verulega úr þessum streitueinkennum.

Ein hugmynd kom frá konu á fyrirlestri sem ég hélt fyrir Hagkaup á Akureyri haustið 2006. Eftir að allir í hópnum höfðu fengið geisladisk með slökun spurði hún: „Getur maður ekki bara látið alla fjölskylduna gera þetta?"

Ég svaraði því brosandi að maður gæti náttúrulega ekki látið fjölskylduna gera neitt, en hugmyndin væri góð og ef allir væru því samþykkir gæti fjölskyldan farið saman í tíu mínútuna slökun nokkra daga í viku, t.d. eftir kvöldmatinn.

Þrjár skilgreiningar á streitu

Á tímum mikillar streitu og mótlætis þykir mér alltaf best að hafa mikið að gera, að koma reiðinni og orkunni í einhvern jákvæðan farveg.
- Lee Iacocca

Orðið streita hefur breyst í regnhlífarhugtak yfir alla vanlíðan sem ekki er hægt að nefna öðru nafni. Í raun mætti að ósekju efna til nýyrðakeppni um stigbreytingar á orðinu til að skilgreina betur það sem flestir upplifa daglega. En á meðan að slík orð eða hugtök eru ekki til verðum við víst að láta nægja að skilgreina streituhugtakið með viðhengjum, t.d. „góð" streita og „slæm" streita. Vegna allrar þeirrar neikvæðu umfjöllunar sem streita hefur fengið eru því miður margir farnir að hugsa um hana sem alslæma jafnvel þótt streita eigi jafnt sínar góðu og slæmu hliðar. Markmið mitt er ekki að predika um streitulaust líf en miðað við þau vandamál sem hljótast af streitu hlýtur að vera mikilvægt að skilgreina hugtakið betur. Góðir stjórnendur vita að ekki er hægt að finna lausnir án þess að greina fyrst hvert vandamálið er. Þrjár skilgreiningar sem mynda heildræna sýn á streituhugtakið.

- Líffræðileg viðbrögð. Undirbúningur fyrir bætta frammistöðu.
- Persónuleg viðbrögð við áreiti.
- Yfirþyrmandi félagslegt/umhverfislegt áreiti.

Líffræðileg viðbrögð

Örari hjartsláttur, aukið flæði endorfíns og adrenalíns og aukin spenna í taugakerfi, vöðvum og sinum. Þetta eru líffræðileg einkenni streitu og miðast af starfsemi sympatíska taugakerfisins eða drifkerfisins eins og það einnig kallað. Á sama tíma dregur líkaminn úr annarri starfsemi, t.d. meltingu, sem orsakar m.a. þurrk í munni og hátt sýrustig í maga. Undir ákveðnum kringumstæðum eru þessi viðbrögð af hinu góða. Streita virkar eins og orkuskot sem gerir manneskju þróttmeiri, einbeittari og fljótari í förum. Í þróunarsögunni má segja að mannkynið hafi kunnað að stressa sig löngu áður en það lærði að tala. Hin líffræðilegu viðbrögð hjálpa mannfólki að hrökkva eða stökkva þegar að það stendur frammi fyrir hættum eða áskorunum. Í dag geta streituviðbrögð hjálpað fólki við ýmsar kringumstæður, t.d. í prófum, þegar standa þarf skil á verkefnum, í hættuástandi og þegar að mikið liggur við að öðru leyti. Við slíkar aðstæður geta hin líffræðilegu streituviðbrögð verið af hinu góða, ef þau eru túlkuð þannig. Flestir túlka líffræðileg viðbrögð streitu hins vegar á neikvæðan máta.. Líklega er það vegna þess að fólk finnur oftast fyrir streitu vegna ótta, sér allar neikvæðu afleiðingarnar eða þá að það er að stressa sig yfir hlutum sem skipta engu máli og þar af leiðandi hjálpar streitan ekki.

En þegar litið er á streitu sem orku getur verið gott að stressa sig, jafnvel nauðsynlegt undir ákveðnum kringumstæðum. Manneskja sem óttast þessi líkamlegu viðbrögð mun ekki reyna á sig umfram það sem hún getur nú þegar. Raunveruleikinn er sá að allt sem manneskja gerir í fyrsta skipti kallar fram einhvers konar streituviðbrögð. Spurningin snýst fyrst og fremst um hvort viðbrögðin eru túlkuð sem góð eða slæm. Rafmagn er t.d. hvorki gott né slæmt í eðli sínu, það fer aðeins eftir því hvernig það er notað hver útkoman er.

Hér er stutt dæmi um mismunandi viðbrögð hjá tveimur þekktum tónlistarmönnum. Söngkonan Carly Simon varð mjög þekkt á áttunda áratug síðustu aldar og margir þekkja lög hennar *You´re So Vain* og *Killing Me Softly* enn í dag. Sólóferill hennar var hins vegar ekki langur vegna þess að hún þjáðist af miklum sviðsskrekk. Þegar hún var að fara á svið fékk hún hnút í magann, varð þurr í munni, skalf eins og hrísla og svitnaði á enninu. Hennar túlkun var: „Ég er svo stressuð að ég get ekki farið á svið."

Hinn tónlistarmaðurinn heitir Bruce Springsteen. Hann á langan og farsælan feril að baki enda þekktur fyrir frábæra sviðsframkomu. Springsteen finnur engu að síður fyrir svipuðum einkennum og Carly Simon áður en hann fer á svið. Hann fær einnig hnút í magann, skelfur, verður þurr í munni, hjartslátturinn verður örari og hann svitnar víðar en á enninu. Munurinn er einfaldur. Springsteen túlkar þessi líkamlegu viðbrögð jákvætt með því að segja: „Nú er ég tilbúinn."

Allir farsælir skemmtikraftar, íþróttamenn, stjórnmálamenn og viðskiptajöfrar læra að túlka streituviðbrögð sér í hag. Sjálfur var ég mörg ár að sætta mig við streituviðbrögð sem eðlileg og það var ekki fyrr en að ég hafði fullreynt sköpun á streitulausu lífi að ég skildi mikilvægi þess að kunna að nota streitu sér til hagsbóta.

Hængurinn er sá að líkamlegar afleiðingar streitu eru alltaf slæmar. Hvort sem þú notar streitu til ná betri árangri í ræðumennsku eða verða betri í sölu muntu t.d. alltaf fá vöðvabólgu ef þú kannt ekki leiðir til að vinda ofan af þér. Auðvelt er að sjá hvernig fyrstu líkamlegu viðbrögðin geta breyst í illvíga sjúkdóma ef streita er ofnotuð, hvort sem sú notkun er meðvituð eða ómeðvituð. Örari hjartsláttur getur breyst í háan blóðþrýsting eða hjartsláttartruflanir. Hátt sýrustig í maga getur á endanum búið til magasár eða eyðilagt lokuna milli maga og vélinda sem kallast þá bakflæði. Mikil framleiðsla á adrenalíni setur umfram álag á nýrun og svo mætti lengi telja.

Svo að hægt sé að nýta streitu sér til framdráttar án þess að yfirkeyra líkamann er nauðsynlegt að líta á streituviðbrögðin sem *spretthlaup* en ekki sem *maraþon*. Með því að nota streitu annað slagið af miklum krafti yfir daginn eða vikuna og gæta þess að hafa góða hvíldartíma inn á milli er hægt að draga verulega úr hinum skaðlegu líffræðilegu einkennum. En þeir sem stressa sig upp á mánudagsmorgnum og keyra sig út vikuna (jafnvel nokkrar vikur í röð) eru í maraþoni. Slík nálgun mun örugglega skapa allar verstu afleiðingar streitu sem hugsast getur. Án áfyllingar (hvíldar) mun fólk „keyra sig út". Jafnvel þótt neikvæð líkamleg einkenni geti látið á sér standa í einhvern tíma, þá munu þeir sem nota sem streitu í maraþonstíl fljótlega byrja að finna fyrir einkennum á borð við síþreytu, einbeitingarskorti, eirðarleysi og kvíða, svo eitthvað sé nefnt.

Yfirleitt koma einkennin fyrst fram á heimilinu, ekki í vinnunni. Maraþon stressarinn fer að hafa minni áhuga á maka sínum, finnur fyrir stöðugri þreytu, er ekki til viðtals í frítímum og þráðurinn gagnvart börnunum er styttri. Þau fá þar af leiðandi minni aga og meiri öskur, reiði eða pirring. Einfalt dæmi gæti verið um foreldri sem kemur nítján daga í röð að opinni mjólkurfernu á borðinu þegar það kemur heim. Tuttugasta daginn er foreldrið illa upplagt út af maraþonstressi og gersamlega tapar sér yfir opnu mjólkurfernunni þann daginn: „Er aldrei hægt að ganga almennilega frá hérna!?!"

Hvers konar skilaboð fá börnin? Nítján daga er í lagi að skilja fernuna eftir á borðinu en tuttugasta daginn er það ekki í lagi. Líkamleg þreyta hefur svo sannarlega áhrif á andlega heilsu. Því þreyttara sem fólk verður, því „styttri þráður."

Líffræðilegu viðbrögðin eru þar af leiðandi hvorki góð né slæm heldur hlutlaus orka. Það fer eftir því hvernig viðbrögðin eru notuð hver hin endanlega útkoma er. Ef ég nota streitu á jákvæðan máta til að hjálpa mér í gegnum mikilvæg eða áríðandi verkefni og hvíli mig inn á milli er ég í góðum málum. Aðalatriðið er að finna jafnvægi (á læknamáli kallað homeostasis) á milli drifkerfisins (sympatíska taugakerfisins sem skapar streituviðbrögð) og sefkerfisins (parasympatíska taugakerfisins sem framkallar slökun).

Ein algengasta spurningin sem kviknar að lokinni þessari skilgreiningu er þessi: „Ég skil líffræðina en vil vita hvað framkallar þessi líkamlegu einkenni. Hvað gerir okkur stressuð?"

Persónuleg viðbrögð við áreiti

Þegar að ég spyr hvað framkalli streitu á námskeiðum mínum fer fólk yfirleitt að tala um umhverfið. Algeng svör eru verslunarmiðstöðvar, umferðin, læknar, byggingavöruverslanir, of mörg verkefni o.s.frv. Sannleikurinn er hins vegar sá að í 80-90% tilfella eru það ekki áreiti úr umhverfinu sem framkalla streituviðbrögð heldur eru það persónuleg viðbrögð okkar við áreitinu. Vissulega hefur umhverfið áhrif en þegar betur er að gáð stressar fólk sig yfir mjög ólíkum hlutum. Viðbrögðin byggjast fyrst og fremst á ríkjandi hugsunum og viðhorfum. Við stjórnum því hvernig við bregðumst við umhverfinu.

Dr. Wayne Dyer setur fram mjög skemmtilega og eftirminnilega samlíkingu um þetta einkenni. Hann spyr: „Hvað kemur út ef ég kreisti appelsínu?" Svarið er augljóst: Appelsínusafi. Engu máli skiptir hvernig maður kreistir appelsínu, alltaf kemur út appelsínusafi. Ekki perusafi, ananassafi eða eplasafi, aðeins appelsínusafi. Jafnvel þótt appelsínan sé kreist með tveimur eplum, þá kemur ekki út eplasafi, einungis appelsínusafi. Ástæðan er einföld. Appelsínusafi er það eina sem er inni í appelsínunni.

Snúum þá spurningunni við: „Hvað gerist ef manneskja er kreist andlega og tilfinningalega?" Svarið er jafn augljóst og í tilviki appelsínunnar: Út kemur það sem er þegar til staðar. Ef útkoman er reiði, þá er reiði þegar til staðar. Ef útkoman er ótti, þá er ótti þegar til staðar. Fólk á það til að veita umhverfinu óeðlilega mikil völd yfir sjálfu sér eða það sem verra er, nota umhverfið sem afsökun fyrir því hvernig hugsanir þeirra og tilfinningar birtast öðrum. Setningar eins og „þú lætur mér líða svona," „hann stressaði mig svo" eða „umferðin er svo stressandi," standast ekki nánari skoðun. Enginn hefur algjört vald yfir því sem önnur manneskja er að hugsa.

Algengustu hvatar streitu eru ótti og ákafi. Hvort tveggja eru tilfinningar sem byggja á fyrirfram ákveðnum hugmyndum, skilyrðingum, forritum eða viðhorfum. Í framhaldi af því sem hefur komið fram um starfsemi hugans getum við ályktað að mögulegt sé að gera jákvæðar breytingar á streituvaldandi viðhorfum og þar af leiðandi vanamynstrum.

Tökum augljóst dæmi um það hvernig viðhorf og venjur geta stjórnað viðbrögðum. Á sólskinsdegi leggurðu af stað út í umferðina. Þú hefur sofið vel, borðar góðan morgunmat og leggur snemma af stað vegna þess að þú veist að umferðin er alltaf að aukast. Þú ert að hlusta á uppáhaldslagið þitt í útvarpinu og keyrir fram á umferðarteppu. Líklegt er að þú hækkir aðeins í útvarpinu, syngir með og slakir á meðan að umferðarteppan leystist. Jákvætt viðhorf þitt og vani (að fara snemma af stað og hvíla þig vel) hafa komið í veg fyrir ástæðulaus streituviðbrögð þennan morguninn.

Hin hliðin er þessi. Á rigningardegi leggur þú seint af stað (eins og venjulega). Þú svafst illa og ert nýbúinn að rífast við maka þinn. Þú keyrir fram á umferðarteppu og hreinlega tapar þér. Byrjar að flauta og pirrast. „Hvað er að gerast? Eru bara fífl í umferðinni í dag?"

Kringumstæðurnar eru þær sömu (umferðarteppa) en viðbrögðin mjög ólík.

Manneskja sem temur sér lélegar venjur og trúir að hugsanir sínar stjórnist af umhverfinu mun mjög líklega stressast mun oftar en manneskja sem temur sér góðar venjur og axlar ábyrgð á sínum eigin hugsunum, orðum og athöfnum. Hin síðarnefnda getur jafnvel ákveðið að stressa sig ekki þótt hún verði einhvern tíma sein, vegna þess að stressið mun ekki leysa umferðarhnúta eða breyta umhverfinu að öðru leyti.

Þá gæti einhver spurt: „Varstu ekki að segja að það geti verið gott að stressa sig?" Alveg rétt. En mikilvægt er að velja hvenær. Fólk verður að spyrja sig: „Eru aðstæðurnar nógu mikilvægar? Skipta þær nægilega miklu máli? Getur streitan hjálpað mér?"

Streita getur gagnast kappakstursbílstjóra í keppni en yfirleitt gagnast hún ekki í daglegri umferð og svo sannarlega ekki í umferðarteppu. Enginn getur stjórnað umhverfinu, því síður með því að pirrast og stressa sig. Æðruleysi felst í því að gera ráð fyrir að umferðin verði mikil og leggja þar af leiðandi snemma af stað, gera jafnvel ráð fyrir því að eitthvað geti komið uppá og að aðrir verði pirraðir í umferðinni. Með slíku hugarfari byggir manneskja upp vanamunstur sem getur hjálpað henni að draga úr streitu frá degi til dags.

Annað svipað dæmi úr umferðinni. Í janúar árið 2007 kom til mín maður á námskeið sem var úr Hrísey. Allir vita er að umferðin í Hrísey er ekki mikil. Hann hafði þar af leiðandi vanið sig á að stressa alltaf yfir umferðinni í Reykjavík. Á ferðum mínum um landið hef ég tekið eftir að þetta viðhorf er nokkuð algengt hjá íbúum utan Reykjavíkur. Ég spurði hann nokkurra spurninga.

„Getur verið að þú sért með langan lista yfir það sem þú þarft að gera þegar að þú kemur til Reykjavíkur?"

„Já."

„Getur verið að þú ætlir að framkvæma allt mjög hratt til að verja sem minnstum tíma í Reykjavík?"

„Já."

„Getur verið að þú sért óvanur því að keyra í mikilli umferð og gefir þér ekki nægilega mikinn tíma til að komast á milli staða sökum umferðarþunga?"

Aftur var svarið: „Já."

Þá sagði ég: „Vandamálið er ekki umferðin. Vandamálið er að þú ert með of langan lista og of stuttan tíma í framandi aðstæðum. Ég get lofað þér því að streitan yrði engu minni í Hrísey ef þú værir alltaf með of langan lista og of lítinn tíma."

Daginn eftir kom hann til mín og sagðist hafa tekið þá afdrifaríku ákvörðun að láta umferðina í Reykjavík ekki stressa sig héðan í frá. Hann sagði: „Þú hafðir rétt fyrir þér. Ég get ekki stjórnað umferðinni. Líklegt er að hún verði meiri með tímanum. Ég ætla að stjórna því sem ég get stjórnað, sjálfum mér! Ég ætla að vera sveigjanlegri þegar að ég kem til Reykjavíkur, setja mér raunhæfari tímaramma og vera með styttri verkefnalista."

Einn streituvaldur sem fáir taka eftir er bilið sem myndast milli hugsana og athafna. Því meira bil á milli þess sem manneskja hugsar, segir og gerir, því meiri verður streitan. Í öllum menningarsamfélögum er það litið hornauga þegar að mikið bil myndast á milli þess sem manneskja segir og gerir. Slíkt ósamræmi (í daglegu tali nefnt lygar) fer ekki aðeins í taugarnar á þeim sem fyrir því verða, heldur einnig þeim sem myndar ósamræmið. Hver manneskja er sinn eigin versti og harðasti dómari. Því meira bil sem er á milli þess sem hún er að hugsa og þess sem hún er að gera, því meiri streita. Manneskja sem hugsar „ég verð að fara að hreyfa mig" en gerir það ekki er óafvitandi að skapa streitu í eigin lífi. Þar af leiðandi getur verið mjög streitulosandi að iðka heilindi í öllum samskiptum við sjálfan sig, þ.e. að minnka bilið milli hugsana, orða og athafna, með því að standa við það sem maður hugsar og/eða draga úr óraunhæfum væntingum.

Yfirþyrmandi félagslegt og/eða umhverfislegt áreiti

Í allri sanngirni sagt þá er ekki öll streita sjálfsköpuð. Vissulega er til yfirþyrmandi félagslegt og/eða umhverfislegt áreiti sem framkallar streitu hjá öllum sem fyrir því verða. Lykilorðið hér er yfirþyrmandi. Snjóflóð á Íslandi skapa yfirþyrmandi áreiti. Manneskja sem upplifir jarðskjálfta, stendur frammi fyrir yfirvofandi árekstri í umferðinni eða missir vinnuna verður stressuð. Hin líffræðilegu streituviðbrögð valda því að manneskjan vaknar, verður einbeittari, hjartslátturinn verður örari o.s.frv. Streitan getur í mörgum tilfellum hjálpað henni að bregðast við áreitinu. Ef einhver myndi t.d. kalla á manneskju og segja henni að barnið hennar væri slasað eða í hættu myndi hún að öllum líkindum bregðast hratt við og hlaupa af stað þrátt fyrir að hafa jafnvel verið hálfsofandi.

Yfirþyrmandi og langvarandi streita getur orsakast í erfiðu umhverfi eða slæmum félagslegum aðstæðum, t.d. þar sem andlegt eða líkamlegt ofbeldi á sér stað. Viðurkennt er að barn sem elst upp á heimili alkahólista upplifir mikla og viðvarandi streitu. Hið sama á við ef yfirmaður beitir undirmann óviðeigandi þrýstingi eða ef yfirmaðurinn er óútreiknanlegur og skapstór. Slíkt myndi flokkast undir yfirþyrmandi áreiti og myndi þar af leiðandi skapa eðlileg en á sama tíma mjög neikvæð streituviðbrögð.

Jákvæðir eiginleikar streitu fá ekki að njóta sín undir kringumstæðum þar sem þolandinn getur lítið gert. Streita hvetur til framkvæmda en þegar að ekkert er hægt að gera beinist streitan einvörðungu inn á við og tærir þolandann upp innan frá. Eina lausnin þegar um yfirþyrmandi áreiti er að ræða er að koma sér úr umhverfinu eða félagslegu aðstæðunum eins fljótt og auðið er. Undantekning kemur fram hjá börnum sem hvorki hafa val um viðbrögð né viðverustað. Í okkar samfélagi er það í verkahring barnaverndaryfirvalda að hjálpa börnum að komast úr slíkum aðstæðum.

Mundu bara að yfirþyrmandi áreiti þarf að vera nákvæmlega það, yfirþyrmandi, til þess að hægt sé að segja að streitan eigi sér upptök í umhverfinu eða hjá öðru fólki. Þegar að orsakavaldar streitu eru skoðaðir má segja að einungis 10-20% streituviðbragða eigi upptök sín í yfirþyrmandi og utanaðkomandi áreiti. Á sama tíma er umhverfinu almennt kennt um mikinn meirihluta allrar streitu.

Í því samhengi eru allt of margir sem nota umhverfið sem afsökun. Sumu fólki finnst einfaldlega auðveldara að skella skuldina á aðra en axla ábyrgð á eigin lífi eða líðan. Ég heyrði t.d. sögu af manni sem kom til sálfræðings og sagði: „Konan mín er að gera mig geðveikan og litlu gríslingarnir sem ég á eru óstöðvandi, þeir eru að gera út af við mig. Ég held að yfirmaður minn sé frá djöflinum kominn og ekki einu sinni byrja að tala um hálfvitana sem ég vinn með.“ Sálfræðingurinn svaraði: „Það er greinilega ekkert að hjá þér kæri vinur. Viltu ekki bara senda allt þetta fólk til mín? Þegar að þau breytast mun þér áreiðanlega líða betur. Eða, hvað heldur þú?“

Aðferðir til að takast á við streitu

Ef þér líkar illa við eitthvað, breyttu því þá; ef þú getur það ekki, breyttu þá viðhorfi þínu gagnvart því.
- Mary Engelbreit

Til eru margar leiðir sem geta hjálpað fólk að takast á við streitu, jafnt líffræðilega, hugarfarslega og félagslega. Í líffræðilegu samhengi er árangursríkast að finna orkunni farveg, slaka reglulega á og stunda hreyfingu, hugarfarslega skiptir mestu máli að þjálfa upp ný viðhorf og venjur og félagslega skiptir mestu máli að geta slitið sig frá skaðlegum aðstæðum. Til að viðhalda samræmi í skilgreiningum á streitu og mögulegum lausnum ætla ég að telja upp aðferðir til að takast á við streitu í sömu röð og ég taldi upp skilgreiningarnar.

Líffræðilegar lausnir

Þrjár áhrifaríkar aðferðir til að takast á við hin líffræðilegu streituviðbrögð felast í slökun, reglulegri hreyfingu og því að finna streitunni (orkunni) farveg með því að gera eitthvað.

Slökun - Eftir margra ára reynslu á þessu sviði get ég óhikað sagt að slökun sé mikilvægasta aðferðin af þessum þremur og þar af leiðandi mun ég verja mestum tíma í að skilgreina hana. Til að undirstrika mikilvægi slökunar nota ég oft eftirfarandi samlíkingu: *Ímyndaðu þér að slökun sé manneskjum jafn mikilvæg og vatnskassinn er bílvélinni*. Engum myndi nokkru sinni detta í hug að taka vatnskassann úr og skilja hann eftir heima. Ástæðan er einföld. Ef vélin ofhitnar er hætta á að bíllinn bræði úr sér. Hvort sem keyrt er á 30 km eða 130 km er nauðsynlegt að hafa vatnskassann á sínum stað. Þegar hitamælirinn fer inn á rauða svæðið þarf bílstjórinn að stöðva bílinn og leyfa honum að kæla sig, helst bæta kælivökva á bílinn. Allir skilja þetta þegar að bílar eiga í hlut en mörgum virðist erfiðaðra að skilja að hið sama á við um manneskjur. Ef við notum ekki hið innbyggða kælikerfi (sefkerfið, parasympatíska taugakerfið sem framkallar slökunarviðbrögð) þá bræðum við úr okkur. Í okkar samfélagi eru til margir sem keyra sig áfram vatnskassalausir og skilja ekkert í því af hverju þeir eru bókstaflega á síðasta snúningi. Slökun er vatnskassinn sem við þurfum öll á að halda!

Rannsóknir sýna að reglubundin slökun hefur jafnvægisstillandi áhrif á blóðþrýsting, lækkar sýrustig líkamans (í munni og maga), eykur framleiðslu vaxtarhormóna (sem gerir líkamanum kleift að gera hraðar við sig) og eykur blóðflæði um svæði í líkamanum þar sem spenna hefur myndast, svo eitthvað sé nefnt.

Þetta þýðir að slökun er góð fyrir hjartað og blóðrásina, getur dregið úr tannskemmdum, komið í veg fyrir magasár, örvað frumuskiptingu, dregið úr vöðvabólgu og höfuðverkjum og svo mætti lengi telja. Slökun er meira að segja góð fyrir þá sem stunda vaxtarækt (vaxtarhormónar). Ég ræddi þetta við kraftlyftingamann á sínum tíma og hann sagði einfaldlega: „Þetta er alveg rétt. Ég byrjaði ekki að ná árangri í lyftingum fyrr en ég fór að leggja mig eftir æfingar. Mesti vöxturinn á sér stað í hvíld og svefni."

Þetta þýðir ekki að allir þeir sem stunda slökun breytist í vöðvatröll, því til þess þarf einlægan ásetning ásamt blöndu af lyftingum og slökun.

Slökun framkallar að auki svokallaðar alpha heilabylgjur sem gera hugann móttækilegan fyrir nýjum upplýsingum. Allar rannsóknir á hraðvirkari lærdómsaðferðum sína að alpha heilabylgjuástand eykur lærdómsgetuna til muna. Þótt að vægt stress geti verið gott þegar koma þarf upplýsingunum út þá er slökun og jákvætt hugarfar árangursríkara þegar upplýsingar eru teknar inn.

Djúp slökun er svarið við mörgum af þeim kvillum sem hrjá fólk í okkar samfélagi. Ef ég hefði framleitt lyf sem gerði sama gagn og slökun væri ég ekki bara milljónamæringur, ég væri milljarðamæringur. Flestir væru tilbúnir að taka inn töflu eða taka inn eina matskeið af vökva á dag ef það myndi framkalla ofangreindar afleiðingar. Lyfið er til! Það heitir slökun og það tekur bara tíu mínútur á dag að taka það inn. Slökun er ekki beisk á bragðið, hefur engar neikvæðar aukaverkanir og virkar fyrir alla sem nota hana reglulega. Slökun er meira að segja notaleg!

Hvers vegna nota þá ekki fleiri slökun en raun ber vitni? Ein ástæða er að margir halda að slökun sé það sama og leti. Ekkert gæti verið fjarri sanni. Vissulega virðist margt líkt með slökun og leti á yfirborðinu en munurinn felst fyrst og fremst í því hvernig manneskjunni líður eftir á. Eftir letikast er hún þreyttari en mun orkumeiri eftir slökun. Tvennt þarf að hafa í huga í því samhengi.

1) Manneskja sem er *of lengi* í slökun sofnar alveg og verður þar af leiðandi þreyttari eftir slökun en hún var fyrir. Til að draga úr líkum á að það gerist er mikilvægt er að hafa slökunina ekki lengri en 10-20 mínútur. Á álagstímum er betra að nota slökun oftar en að vera of lengi í einu. Margir vörubílstjórar nota svokallaða lyklakippuaðferð til að slökunin verði ekki of löng. Þeir keyra út í kant, halla sér aftur í sætið og setja lyklakippu í opinn lófann. Þegar að djúpri slökun er náð dettur lyklakippan í gólfið. Þá koma bílstjórarnir út úr slökuninni endurnærðir í stað þess að sofna og verða þreyttari.
2) Það getur tekið tíma að *vinda ofan af uppsöfnuðum þreytueinkennum*. Það þýðir að sumir munu verða þreyttari eftir slökunina en þeir voru fyrir, en aðeins til að byrja með. Til að byrja með er mikilvægt að túlka þreytu að lokinni slökun ekki sem leti. Einkennin ættu smám saman að breytast og manneskja sem iðkar slökun reglulega ætti að fara að finna fyrir meiri orku og úthaldi. Misjafnt er hversu

langan tíma þetta ferli tekur, allt frá nokkrum dögum upp í nokkrar vikur. Aðalatriðið er að gefast ekki upp. Ef þreytueinkennin minnka ekki er viturlegt að líta á aðra áhrifaþætti eins og t.d. blóðsykur, blóðþrýsting, steinefnamagn í líkamanum, matarræði eða hreyfingu og gera viðeigandi breytingar ef þess þarf. Ég mæli með að fólk haldi samt áfram að nota slökunina. Hún hjálpar í öllum tilfellum.

Önnur ástæða fyrir því að fólk notar ekki slökun er að það segist ekki hafa tíma. Ef fólk finnur ekki 10 mínútur á dag til að slaka á er eitthvað verulega mikið að. Allir hafa tíma til að slaka á ef þeir virkilega vilja og sjá hversu mikilvægt það er. Mín reynsla er sú að þegar að fólk segist ekki hafa tíma til að slaka á er það einfaldlega að segja: „Ég skil ekki hvers vegna ég ætti að standa í þessu. Mér finnst þetta nú ekki mjög mikilvægt."

Líttu á slökun sem endurnærandi ástand mitt á milli svefns og vöku. Í slökun þarf hvorki að stjórna huganum eða tæma hann. Betra er að líta á slökun sem blöndu af draumsvefni og draumlausum svefni. Stundum er hugurinn á fleygiferð líkt og í draumsvefni. Undir þeim kringumstæðum er mikil úrvinnsla að eiga sér stað sem mun líklega bæta svefninn yfir nóttina (þ.e. draga úr þörf fyrir draumsvefn). Aðra daga er eins og hugurinn tæmist. Þá er ástandið líkara draumlausum svefni og hvíldin þar af leiðandi af öðrum toga.

Þess má geta að kona sem var hjá mér á námskeiði í ágúst 2006 hafði átt erfitt með svefn í tæp þrjú ár áður en hún kom á námskeiðið. Þegar hún byrjaði að nota slökunina varð hún fyrst ofboðslega þreytt og var við það að hætta að nota slökunina á tímabili. Eftir tvær vikur af daglegri slökun snerist það hins vegar eins við og henni fór að líða eins og hún hefði öðlast nýtt líf. Hún byrjaði að finna fyrir aukinni orku, úthaldi, betri svefngæðum og svo mætti lengi telja. Ég hitti hana sex mánuðum eftir námskeiðið og hún sagðist vera algjörlega ný manneskja, fyrir það eitt að nota slökun daglega.

Taktu þér tíma fyrir slökun!

Aðalatriðið er að taka tíma frá fyrir slökun. Ekki fórna henni fyrir neitt annað. Þótt nánast hvaða tími sem er geti hentað til slökunar vil ég benda þér nokkra tíma dagsins sem þátttakendur á námskeiðum mínum hafa nýtt sér með góðum árangri.

- ✓ *Í hádeginu*. Jafnvel þótt matartíminn sé ekki nema þrjátíu mínútur getur verið viturlegt að nota tíu af þeim til slökunar. Slökun veitir meiri endurnýjun og endurnæringu en spjall við vinnufélaga eða blaðalestur.

- ✓ *Um miðjan eftirmiðdag*. Slökun getur verið betri lausn heldur en kaffibolli og súkkulaði þegar að síðdegisþreyta lætur á sér kræla.

- ✓ *Eftir vinnu*. Hvort sem er á vinnustaðnum, þegar heim er komið eða á leiðinni heim getur slökun verið frábær endir á vinnudeginum. Ég veit um fólk sem keyrir út í kant, læsir öllum hurðum, hallar sætinu aftur og gefur sér tíma fyrir slökun í bílnum. Fyrir vikið er það tíu mínútum lengur á leiðinni heim en er á sama tíma búið að vinda ofan af þreytu og leggja til hliðar verkefni dagsins áður en heim er komið.

✓ *Um leið og börnunum er komið í svefn.* Ég hef notað þá aðferð með góðum árangri, að sitja eða liggja á gólfinu inni hjá syni mínum á meðan hann er að sofna og slaka á eða hugleiða. Gott fyrir mig, gott fyrir hann.

✓ *Rétt fyrir svefninn.* Margir nota slökunaraðferðir hreinlega til að hjálpa sér að sofna. Ég myndi þó ráðleggja fólki að skilja á milli svefns og slökunar, t.d. með því að nýta sér slökun á dýnu á gólfinu og færa sig síðan upp í rúm til að fara að sofa. Ástæðan er einföld. Þeir sem fasttengja saman slökun og svefn geta átt erfitt með að nota slökun undir öðrum kringumstæðum. Þetta er þó ekki algilt og ætti ekki að koma í veg fyrir að fólk noti slökun sem undanfara að svefni ef það kýs að gera svo.

Eðli málsins samkvæmt er ekki viturlegt að nota slökun strax á morgnana. Að skríða fram úr rúminu í þeim tilgangi að leggjast aftur er ekki líklegt til annars en að framlengja svefninn.

Aðrar leiðir til slökunar

Ég vil taka það fram að til eru margar aðrar aðferðir til að slaka á. Það getur t.d. virkað mjög slakandi að breyta um umhverfi, fara í líkamsrækt, gönguferðir, stunda hljóðfæraleik, yrkja garðinn, vinna handverk af öllu tagi og gera annað sem krefst lítillar hugarorku en mikillar einbeitingar.

Í bók sinni *The Relaxation Response* útskýrir Herbert Benson hvernig hægt er að ná slökun við hversdagslegar athafnir, svo lengi sem athyglin beinist að einhverju einföldu eins og andadrætti, endurtekningu orða eða talningu. Þannig er t.d. hægt að slaka á um leið og maður fer í göngutúr ef fylgst er með inn- og útöndun í takt við skrefin, anda að og ganga fjögur skref, anda frá og ganga fjögur o.s.frv. Allt sem er iðkað í augnablikinu eða núinu kallar fram slökun. Sjónmyndanir eru líka stundum notaðar. Fólk fer í ferðalag í huganum og ímyndar sér að það sé statt á sólarströnd eða við læk. Gættu þess bara að sjónmyndunin sé hliðholl þínum eigin tilhneigingum.

Ef þú hugsar málið sérðu að allir kunna einhverjar leiðir til að slaka á. Spurningin er bara hvort fólk notar oftar, deyfiaðferðir eða slökun. Með því að auka hlut slökunar þá minnkar hlutur deyfingarinnar nánast sjálfkrafa.

Allar ofangreindar aðferðir ætti að nota samhliða leiddri slökun og öndunaræfingum, því þær koma ekki algjörlega í staðinn. Með því að blanda saman virkum slökunaraðferðum og þeim sem kalla á algjöra hvíld verður árangurinn margfaldur.

Slökun er lífsnauðsynleg

Í upphafi þessa kafla fullyrti ég að streitulaust líf væri ekki til. Ég stend við þá fullyrðingu. Fyrst streita verður ekki flúin þá er lífsnauðsynlegt að slaka á! Þeir sem slaka ekki á munu upplifa annað af tvennu eða hvort tveggja.

1) Einkenni streitunnar verða líkamlegri og alvarlegri. Fyrstu einkenni gætu birst sem vöðvabólga, höfuðverkir og einbeitingarskortur. Með tíð og tíma munu önnur og öllu alvarlegri einkenni koma fram, t.d. svefntruflanir, hár blóðþrýstingur, meltingartruflanir, hægðatregða, liðverkir og fleira í þeim dúr. Fólk sem bregst ekki við með lífstíls- og hugarfarsbreytingum mun mjög líklega uppskera verstu afleiðingarnar, þ.á.m. hjartsláttartruflanir, stíflur í æðakerfinu, lágt mótstöðuafl í ónæmiskerfinu og tíð veikindi.

2) Þörf fyrir deyfingu mun aukast. Þetta er öruggt mál og skiljanlegt. Afleiðingar streitu eru mjög óþægilegar. Ef fólk kann engar aðferðir til að slaka á fullyrði ég að það muni óumflýjanlega og örugglega byrja að deyfa sig fyrr eða síðar. Deyfingin getur verið í formi misnotkunar á áfengi, lyfjum, mat, tóbaki, sjónvarpi eða öðru sem beinir athyglinni tímabundið frá vanlíðan.

Hræðsluáróður? Að vissu leyti, en framtíðarlíkur þeirra sem ekki slaka á eru frekar óspennandi. Mér er það stundum óskiljanlegt hvers vegna fólk slakar ekki á þegar að það tekur jafn stuttan tíma og er eins þægilegt og raun ber vitni.

Margir sálfræðingar telja að fólk sé líklegra til að gera breytingar út frá sársauka en að gera breytingar byggðar á möguleikum ánægjulegrar framtíðar. Á þeim forsendum vil ég hvetja þig til að hugsa aðeins fram í tímann og spyrja þig: „Hverjar verða afleiðingarnar eftir fimm eða tíu ár ef ég held áfram að lifa eins og ég geri í dag?"

Eftirfarandi orð mín eru til þeirra sem eru komnir í algjört óefni, hvort sem er líkamlega eða andlega. Þegar að byrjað er að nota slökun í slíku ástandi er líklegt að mikið eirðarleysi komi fram í líkamanum og hugurinn sé tvístraður. Ekki hafa áhyggjur. Ástandið mun líða hjá og verða betra. Með því að nota slökun daglega mun líkaminn fljótt taka við sér. Svo framarlega sem hugsanir framkalla ekki líkamlega spennu eða eirðarleysi er í góðu lagi að leyfa huganum að flögra. Ekki reyna að stjórna ástandinu. Aðalatriðið er að sleppa taki og slaka smátt og smátt. Ef ekkert gengur getur verið gott að stunda hreyfingu áður en slökunin á sér stað, t.d. gera einfaldar teygjur eða fara í göngutúr. Með tíð og tíma mun reglubundin slökun skila ávinningum.

Slökun er lífstíll

Að lokum vil ég benda á að margir byrja að nota slökun þegar að þeir eru undir álagi en hætta síðan þegar að þeim fer að líða betur. Slík hegðun er ekki mjög rökrétt. Væri ekki betra að hlaða sig á hverjum degi í stað þess að bíða eftir að allt stefni í óefni?

Slökunaraðferðir ætti að tileinka sér þegar að vel gengur í lífinu en ekki byrja þegar að erfiðleikar steðja að. Hermenn eru t.d. æfðir í öruggu umhverfi áður en þeir eru sendir í stríð. Ef þú byrjar að æfa öndun og slökun í dag mun það gagnast þér alla ævi. Þegar að ég nota slökun daglega finn ég fyrir því hversu auðvelt ég á með að takast á við dagleg verkefni. Ég hef meira úthald og orku. Í staðinn fyrir að keyra mig áfram á síðustu dropunum í varatanknum, þá er ég bæði með fullan tank og fullan varatank. Því ætti það ekki að koma á óvart að ég mæli með einhverju formi af slökun á hverjum einasta degi.

Kviðöndun - Auðveldast er að gera kviðöndun liggjandi á bakinu til að byrja með. Með tíð og tíma ætti djúp kviðöndun að verða hluti af daglegu lífi. Kviðöndun hjálpar fólki að draga súrefni dýpra ofan í lungun. Með djúpri öndun fylgja ávinningar á borð við líkamlega slökun, meira úthald og bætta meltingu, svo eitthvað sé nefnt. Einnig er vert að nefna tengslin milli tilfinninga og djúpöndunar. Þeir sem upplifa pirring, kvíða, ótta eða streitu, finna að samhliða þeim tilfinningum verður öndunin yfirleitt ör, grunn og óregluleg. Með því að dýpa andadráttinn er hægt að hafa jákvæð og róandi áhrif á tilfinningalega líðan. Á meðfylgjandi geisladisk tekur æfingin aðeins 3 mínútur. Gott er æfa kviðöndun daglega þangað til hún verður órjúfanlegur hluti af lífinu.

Halda um hjartað og anda – Með því að halda um hjartað og anda skapast djúp ró og slökun. Æfingin gerir fólk einnig meðvitað um sínar eigin tilfinningar. Á disknum tekur æfingin 5 mínútur. Iðkandinn heldur um hjartað og endurtekur í huganum orðin „ég brosi" við innöndun og „ég slaka" við fráöndun.

Djúp slökun – Hægt er að nota margar mismunandi leiðir til að ná djúpri slökun. Aðferðin sem ég kenni á disknum er í raun blanda af þremur aðferðum. Fyrst bið ég hlustandann um að spenna vöðva líkamans og slaka til skiptis. Síðan fer hlustandinn í stutt ferðalag um líkamann til að slaka betur á. Að lokum tel ég rólega aftur á bak frá tíu og hlustandinn sekkur inn í djúpa, friðsæla og endurnærandi slökun. Þessi blanda er rökrétt, hlutlaus og hefur gagnast mér og mínum nemendum vel í gegnum árin. Hún mun gagnast þér ef þú kýst að nota hana reglulega.

Hreyfing

Allar rannsóknir sýna að reglubundin hreyfing eða líkamsrækt hjálpar líkamanum að vinna úr neikvæðum áhrifum streitu. Með auknu blóðflæði um öll svæði líkamans og bættri starfsemi líffæra á fólk auðveldara með slökun, hjartsláttur verður hægari og jafnari og hreinskerfi líkamans á borð við nýru og lifur starfa á skilvirkari hátt.

Til að ná hámarks árangri við líkamsþjálfun er mikilvægt að þjálfa til jafns þol, styrk og sveigjanleika. Gönguferðir, sund, hlaup og hjólreiðar hafa löngum þótt bestu leiðirnar til að þjálfa upp þol. Rannsóknir hafa sýnt fram á hvernig aukinn vöðvamassi hægir á öldrun og eykur alla skilvirkni í líkamanum og hafa sannfært mig um gildi þess að lyfta lóðum eða gera styrkingaræfingar. Samhliða þessu tvennu er mikilvægt að viðhalda sveigjanleika. Maður verður ekki stirður við það eitt að verða gamall, en maður verður gamall við það að verða stirður. Í því samhengi hef ég séð gamla unglinga, þ.e.a.s. krakka sem óa og æja þegar að þau beygja sig niður til að reima skóna sína.

Þess má geta að slökun verður yfirleitt mun dýpri í beinu framhaldi af líkamsþjálfun.

Í mínu starfi sem fyrirlesari nota ég streituviðbrögð líkamans óspart til að koma mér einbeitt og orkumikið ástand. Að loknum fyrirlestrum finn ég oft fyrir spennu í aftanverðum lærum, þreytu í öxlum vegna taugaspennu og eymslum í baki í kringum nýrun vegna álags á nýrnastarfsemina. Um leið og ég fer í göngutúr, geri einfaldar teygjur og tek mér tíma í slökun eða hugleiðslu þá hverfa þessi einkenni alveg.

Orkustjórn

Streita er orka. Ef orkunni er beint í ákveðinn farveg, t.d. með einhvers konar framkvæmd hverfur streitutilfinningin oft eða minnkar. Líkamleg einkenni hverfa kannski ekki alveg og því má t.d. gera ráð fyrir því að fá hnút í magann, þorna í munninum, skjálfa, svitna og finna fyrir örari hjartslætti. Aðalatriðið er að hræðast ekki þessi einkenni heldur leggja sig fram að vingast við þau og nýta þau sér til framdráttar. Í bók sinni *Feel The Fear... and Do It Anyway* segir höfundurinn, Susan Jeffers, að munurinn á þeim hugrökku og huglausu felist í framkvæmdinni. Allir finna fyrir ótta, spurningin er bara hvort að þeir láti óttann stöðva sig eða geri eitthvað í málinu. Skilaboð hennar eru einföld: Notaðu ákafann, virkjaðu óttann! Hið merkilega er að strax og þú gerir eitthvað, þá minnkar óttinn. Ef streituviðbrögðin eru ekki tímabær þá notarðu slökun til að hægja á þér.

Hugarfarslegar lausnir

Til að draga úr streitu sem byggist á hugarfari og viðbrögðum við áreiti þurfa fyrst og fremst að eiga sér stað breytingar á viðhorfum og vanamunstri. Ástæðan er sú að streituvaldurinn felst í því hvernig fólk bregst við áreiti, ekki því sem gerist í umhverfinu. Breytingin verður að koma innan frá. Staðhæfingin sem segir, ef þú vilt breyta heiminum þá skaltu byrja á sjálfum þér á svo sannarlega við hér.

Meira og minna öll bókin fjallar um hugarfars- og/eða viðhorfsbreytingar og því mun ég aðeins nefna fimm atriði í þessum kafla sem snúa að streitu og streituvöldum í lífinu. Þessi fimm atriði eru (1) ábyrgð á eigin hugsunum, orðum og athöfnum, (2) fyrirgefning, (3) tímastjórnun, (4) sjálfsagi og (5) áhrifamáttur vanans.

Allar leiðbeiningar sem ég legg til í bókinni eru nákvæmlega það, leiðbeiningar sem byggja á reynslu. Ég er ekki að setja fram ósveigjanlegar og algildar reglur. Prófaðu þig áfram og farðu eftir því sem þú telur að gagnist þér best við aðstæður þínar hverju sinni.

Axlaðu ábyrgð á eigin hugsunum, orðum og athöfnum

Þetta fyrsta atriði er í raun undirstaðan að öllum hinum. Sá sem ekki axlar ábyrgð á eigin hugsunum, orðum og athöfnum getur varla talist til fullorðinna manna. Viðkomandi er fremur eins og peð í skák lífsins, stjórnlaus og hrekst valdalaus um í eigin lífi. Sumir sálfræðingar halda því t.d. fram að einstaklingar séu hamingjusamir að því marki að þeim finnist þeir hafa stjórn á eigin lífi. Manneskja sem veit að ekki er hægt að stjórna öðrum né umhverfinu nema að litlu leyti mun hefjast handa við að ná stjórn á sjálfum sér. Abraham Maslow sagði að sá sem náð hefur valdi á eigin hugsunum sé frjáls frá því að hafa áhyggjur af hugsunum og áliti annarra. Að mati Maslow er það æðsta stig sem manneskja getur náð.

Fyrir tíu árum eða svo lærði ég t.d. setningu sem ég hef haft eftir nánast upp á dag síðan. Hún er svona: „Mér mun ekki líka við alla, öllum mun ekki líka við mig og það er allt í himnalagi." Síðasti hluti þessarar setningar er mikilvægastur. Það er allt í himnalagi. Mér þarf ekki að líka við alla og öllum þarf ekki að líka við mig. Sá sem hleypur stöðugt eftir áliti annarra og lætur umhverfið stjórna sér upplifir nánast stöðuga streitu. Það er aldrei hægt að þóknast öllum. Með því að axla ábyrgð og segja stöðugt við sjálfan sig: „Ég er uppspretta minna eigin hugsana, orða og athafna," er hægt að draga verulega úr þeirri streitu sem hlýst af viðbrögðum við umhverfinu. Þessi nálgun er einnig frelsandi á sinn hátt. Um leið ég skil að ég get ekki kennt neinum öðrum um það sem ég er að hugsa hverju sinni, vaknar sú vitund að ef ég er óánægður með eitthvað get ég breytt því. „Ég bjó það til þar af leiðandi get ég lagað það." Þetta er hins vegar hægara sagt en gert. Til þess að ná axla ábyrgð á sjálfu sér þarf fólk að hætta að leika fórnarlamb og kenna öðrum um ástand sitt í lífinu.

Í bók minni *Hreysti hamingja hugarró* lýsi ég ábyrgð með eftirfarandi orðum: „Þú ert ekki það sem þú heldur að þú sért eða það sem aðrir vilja að þú sért. Þú berð óskerta ábyrgð á eigin löngunum og þrám, þú berð fulla ábyrgð á eigin líkama, þú berð ábyrgð á þeirri stefnu sem þú hefur valið þér í lífinu, þú berð ábyrgð á viðbrögðum þínum við þeim tilfinningum sem koma upp á yfirborðið þegar að þú verður fyrir áreiti, þú berð ábyrgð á viðbrögðum þínum hegðun annarra og því hvernig þú sérð heiminn. Enginn getur aflétt þessari ábyrgð af þér. Margir munu bjóðast til þess. Til er fjöldi manna og kvenna sem vilja gjarnan fá þig til að afhenda þeim stjórn á lífi þínu. En í raun getur þú aldrei afsalað þér ábyrgðinni sama hvað þú reynir. Þú berð ábyrgð, axlaðu hana."

Fyrirgefning

Eina leiðin til að frelsa sig undan fortíðinni og stjórn annarra er að fyrirgefa. Hatur, reiði, pirringur, biturð og sektarkennd eru sérstaklega áhrifaríkir streituvaldar. Um síðustu aldamót var ég þeirrar gæfu aðnjótandi að þýða bók sem ber titilinn *Fyrirgefningin: Heimsins fremsta lækning* eftir Gerald Jampolsky. Í því ferli gerði ég nokkrar mikilvægar uppgötvanir um sem mig langar til að deila með þér.

Sá þjáist mest sem hatar - Þegar að ég sé umfjöllun í fjölmiðlum um hræðilega atburði úr lífi fólks les ég oft setningar sem bera vott um skilningsleysi á því hvað fyrirgefning er í raun og veru, t.d. „Ég mun aldrei fyrirgefa!" Fólk sem neitar að fyrirgefa og heldur í hatrið er í raun að refsa sjálfu sér. Sá sem hatrið beinist að finnur ekki fyrir því á meðan sá sem hatar tærist smám saman upp að innan. Slíkar tilfinningar geta oft á tíðum valdið andlegum, tilfinningalegum og jafnvel líkamlegum veikindum. Búdda orðaði það svona: „Að hata er eins og taka upp heit kol í þeim tilgangi að kasta þeim í annan. Þú ert sá eini sem brennist." Það er ekki snáksbitið sem drepur, heldur eitrið.

Fyrirgefning er ekki það sama og samþykki - Margir misskilja fyrirgefningu sem samþykki og vilja þess vegna ekki fyrirgefa. En þannig er það ekki! Að fyrirgefa er að frelsa sjálfan sig undan höftum fortíðarinnar og byrja að lifa í augnablikinu. Ekki þarf að byggja upp vinskap á ný frekar en efni standa til. Að fyrirgefa er ekki það sama og að samþykkja. Þótt ég fyrirgefi læt ég ekki valta yfir mig. Ef það væri tilfellið, hvernig gætu þá gyðingar hafa fyrirgefið nasistum það sem þeir gerðu í seinni heimstyrjöldinni, hvernig gætu konur hafa fyrirgefið nauðgurum sínum og hvernig gæti móðir hafa fyrirgefið morðingja sonar síns? Allar þessar sögur og fleiri er að finna í bók Jampolsky. Þeir sem hafa fyrirgefið geta í hugarfarslegu frelsi haldið áfram að berjast gegn óréttlæti og glæpsamlegri hegðun.

Á námskeiði sem ég hélt á Akureyri í október 2006 var ungur maður sem spurði: „Ef ég fyrirgef manni fyrir að hafa stolið frá mér peningum, get ég samt kært hann?" Margir í salnum sögðu: „Nei, þú ert búinn að fyrirgefa. Auðvitað getur þú ekki kært hann." Ég var ósammála. Átti hann að láta vaða yfir sig og samþykkja stuldinn? Nei, fyrirgefning er ekki sama og samþykki. Að fyrirgefa gat hins vegar gert réttarhöldin auðveldari. Í stað þess að leita réttar síns fullur af beiskju og reiði, gat hann nálgast málið í innri sátt út frá lagabókstafnum.

Fyrirgefning er að hætta að óska sér eftir betri fortíð - Sættu þig við það. Fortíðin verður ekki betri. Þú getur ekki breytt henni. Hið eina sem þú getur gert er að breyta hugarfari þínu gagnvart henni. Sá sem sættist við fortíð sína er frjáls frá henni. Með því að vera stöðugt að óska sér eftir betri fortíð hugsar fólk um lítið annað. Það fer að haga sér líkt og ljósritunarvél. Með að velta sér of mikið upp úr fortíðinni gæti það allt eins verið að ljósrita hana inn í framtíðina. Við hjónin urðum svo hrifin af þessari skilgreiningu að við létum prenta hana á boli. Fyrirgefning er að hætta að óska sér eftir betri fortíð. Fortíðinni er ekki hægt að breyta, en maður getur breytt sjálfum sér og viðhorfum sínum til fortíðarinnar með því að fyrirgefa.

Fyrirgefning er ferli - Ef þú ákveður að fyrirgefa einhverjum getur verið að þú þurfir að endurtaka þá ákvörðun nokkrum sinnum áður en þú hefur að fullu fyrirgefið. Ferlið getur tekið nokkrar sekúndur, nokkrar vikur, nokkra mánuði eða nokkur ár. Lengd þess er algjörlega undir þér komin. Ég nota oft dæmi úr mínu eigin lífi þegar að ég tala um fyrirgefninguna sem ferli.

Árið 2001 varð ónefndur þáverandi vinur minn mjög ósáttur við mig. Ég vildi strax finna sátt en málið hafði snert mig þannig að ég var sár og svekktur. Hann vildi ekki sættast. Í beinu framhaldi ákvað ég að fyrirgefa honum einhliða með því að nota þær aðferðir sem ég hafði lært þegar að ég þýddi bókina góðu.

Ég hélt að mér hefði tekist að fyrirgefa, þ.e.a.s. þangað til að ég hitti hann í bakaríi stuttu síðar. Við áttum orðaskipti og ég fékk kaldar kveðjur en gekk í burtu skjálfandi eins og hrísla. Skjálftinn gaf mér til kynna að ég væri ekki alveg búinn að fyrirgefa. Ég ákvað því að halda áfram, meðvitaður um að særindin voru minn eigin hugarburður, þau áttu sér stað innra með mér og voru ekki honum að kenna. Ég endurtók því fyrirgefningarferlið. Stuttu síðar hitti ég hann aftur og skalf þá minna. Aftur endurtók ég ferlið. Í þriðja sinn sem ég hitti hann eftir atburðinn skalf ég ekki neitt. Í dag get ég hugsað til hans með hlýjum hug þótt vinskapur okkar hafi ekki verið endurnýjaður.

Fyrirgefning hefur átt sér stað þegar að maður getur hugsað um atburðinn eða hitt manneskjuna án þess að það komi fram huglæg eða líkamleg spenna (streituviðbrögð).

Til að verða frjáls er mikilvægt að fyrirgefa foreldrum sínum og sjálfum sér - Sá sem ekki fyrirgefur foreldrum sínum verður aldrei almennilega fullorðinn, því hann getur ekki axlað ábyrgð á sjálfum sér. Geturðu ímyndað þér fertuga, fimmtuga eða jafnvel sextuga manneskju sem kennir foreldrum sínum ennþá um hvernig fyrir henni er komið? Foreldrar eru vissulega miklir áhrifavaldar en sá sem kennir þeim um ástand sitt eins og það er í dag er í raun að veita þeim tauminn til að stjórna sínu lífi. Er ekki kominn tími til að vaxa úr grasi? Með því að fyrirgefa segir einstaklingurinn: „Nú er komið að mér að vera við stjórnvölinn á mínu eigin lífi."

Líklega er erfiðast en að sama skapi mikilvægast að fyrirgefa sjálfum sér. Við eigum það til að vera okkar hörðustu dómarar og óvægin sem slík. En á meðan að við höldum fast í hlekki fortíðarinnar getum við ekki skapað nýja og betri framtíð. Sá sem ekki fyrirgefur sjálfum sér mun brynja sig gegn ást vegna lítillar sjálfsvirðingar þótt viðkomandi segist vilja ást á yfirborðinu. Sá sem hefur ekki fyrirgefið sjálfum sér getur eyðilagt möguleika sína á hamingju og velgengni vegna þess að telur sig ekki eiga betra skilið. Sá sem fyrirgefur sjálfum sér verður hins vegar hæfur til að elska sjálfan sig og þar af leiðandi hæfur til að elska aðra og taka á móti ást. Að fyrirgefa sjálfum sér er forsenda mannlegs þroska.

Hið eina sem þarf til að fyrirgefa er skilningur og vilji - Skilningur á því að fyrirgefning er eitt það besta sem manneskja getur gert fyrir sig, að fyrirgefning snúist um persónulegt frelsi, lausn undan hlekkjum fortíðarinnar og gefi möguleika á að skapa nýja og betri framtíð. Aðeins þarf að opna á möguleikann og hugsa: „Kannski, ef til vill, mögulega, einhvern tímann vera opinn fyrir því að fyrirgefa."

Ég geri mér grein fyrir því að umræða um fyrirgefninguna getur verið erfið og viðkvæm. Ekki eru allir tilbúnir að fyrirgefa. Ég skil það vel. Ekki er hægt að skylda fólk til að fyrirgefa enda er það val hvers og eins. Á námskeiðum mínum kveikir umræðan um fyrirgefninguna oft í fólki og það vill vita meira. Ef þú ert í þeirra hópi vil ég benda á bókina *Fyrirgefningin: Heimsins fremsta lækning* eftir Gerald Jampolsky.

Tímastjórnun

Tíminn er lífið. Sá sem ekki skipuleggur tíma sinn hefur litla stjórn á eigin lífi. Ekki er hægt að spara tíma, það er ekki hægt að leggja hann til hliðar og geyma þangað til að betur stendur á. Tíminn líður. Honum er einungis hægt að verja eða sóa í eitthvað. Í mínu starfi sem rithöfundur, jógakennari og fyrirlesari hefur tímastjórnun verið gífurlega mikilvæg. Enginn stendur yfir mér og segir mér hvað ég á að gera. Ég gæti legið í leti allan daginn eða unnið allan sólarhringinn ef því væri að skipta. Þar af leiðandi hef ég orðið mikill áhugamaður um tímastjórnun og hef lesið fjöldann allan af bókum og farið á ótal námskeið um efnið. Niðurstaða mín er einföld. Allar aðferðir til tímastjórnunar er hægt að taka saman í einu orði. *Forgangsröðun.*

Í bókinni *Optimal Thinking* eftir Rosalene Glickman er frábær dæmisaga um lækni sem er kallaður út til að taka á móti barni. Hann hleypur með læknatöskuna út í bíl og hendir henni í aftursætið. Um leið og hann er að setjast inn í bílinn tekur hann eftir hversu þurr grasflötin hjá honum er orðin. Hann hugsar með sér að það taki nú ekki langan tíma að kveikja á úðarakerfinu og ákveður að skjótast út í skúr til að gera það. Þegar að út í skúr er komið sér hann ruslapoka sem á eftir að setja í ruslið. Hann ákveður því að setja hann í tunnuna áður en hann fer. Þegar hann kemur að ruslatunnunum man hann allt í einu eftir því að hann gleymdi að henda ruslinu úr eldhúsinu. Hann hugsar: „Ef ég hendi ekki ruslinu þá verður óbærileg fiskifýla í húsinu þegar að ég kem heim." Hann skýst því inn í eldhús. Þegar að þangað er komið sér hann að það á eftir að vaska upp... þannig gæti sagan haldið endalaust áfram.

Margir kannast við sjálfa sig í þessari sögu. Hoppandi úr einu í annað án stefnu og sjá ekki það mikilvægasta sem þarf að gera hverju sinni. Skortur á forgangsröðun og ákveðni í því að framfylgja eigin ákvörðunum er oft það sem vantar. Allar aðferðir í tímastjórnun snúast þar af leiðandi um forgangsröðun. Hér á eftir fylgja nokkrar aðferðir sem geta hjálpað þér í þeim tilgangi.

Ákveddu hvað er mikilvægast - Það er t.d. hægt að gera með markmiðasetningu (sjá nánar í kaflanum um sjálfstraust), starfsmannafundum, fjölskyldufundum eða vinalegum umræðum. Ef þú stendur frammi fyrir því að velja úr tíu athöfnum en getur bara gert tvær er viturlegt að nota eftirfarandi spurningu á hverjum degi: „Hvað mun hafa mest áhrif á líf mitt til lengri tíma litið?" Nýjasti streituvaldurinn í lífi fólks í dag er *valkvíði*. Valkvíði er velmegunarvandamál (sem þýðir að það er gott vandamál - í raun frábært vandamál). Betra er að hafa úr of mörgu að velja en að geta ekki valið um neitt. En valkvíði er vandamál engu að síður. Tvær algengar afleiðingar eru að fólk ætlar sér of mikið á stuttum tíma eða fólki fallast hendur þegar að það hefur úr of miklu að velja og niðurstaðan er að það gerir ekki neitt.

Í báðum tilfellum er afleiðingin neikvæð streita. Þjálfaðu þig í að velja. Mundu bara að með því að velja eitt ertu að sleppa öðru. Með því að þjálfa upp sjálfstraust og skýr markmið muntu eiga auðveldara með að velja í heimi þar sem valmöguleikum fjölgar stöðugt.

Éttu froskana fyrst - Brian Tracy byggir tímastjórnunarbókina *Eat That Frog* á einfaldri samlíkingu. Ef það erfiðasta sem þú þyrftir að gera þegar að þú kæmir til vinnu að morgni væri að borða lítinn og slímugan lifandi frosk, hvenær væri þá best að gera það? Svarið er augljóst: STRAX. Illu er best af lokið. Allt annað verður auðvelt í samanburði. Ekki væri viturlegt að láta froskinn standa kvakandi á borðinu allan daginn. Slíkt myndi valda mikilli spennu og töluverðum óþægindum. Í hvert skipti sem þú myndir ganga framhjá hinum kvakandi og slímuga froski myndi fara kuldahrollur um líkama þinn. Froskurinn er táknrænn fyrir mikilvægasta verkefni dagsins. Mikilvægustu verkefnin eiga það nefnilega til að vera erfiðust líka og þar af leiðandi verkefnin sem fólk bíður með. Ef þú klárar þau fyrst verður allt auðvelt í samanburði.

Skipuleggðu alla daga á blaði - Að morgni hvers dags skaltu skrifa niður allt sem þú þarft og/eða ætlar að gera. Í framhaldi er mikilvægt að forgangsraða listanum.

Ég nota A, B, C, D, E aðferðina sem Brian Tracy kennir. Allt sem er mjög mikilvægt og áríðandi (froskar) er merkt A. Þau verkefni sem eru mikilvæg en ekki eins áríðandi eru merkt B. Þau verkefni sem væri gaman að gera en eru hvorki áríðandi né mikilvæg eru merkt C. Þau verkefni sem þú ætlar að fá aðra til að gera eru merkt D og þau verkefni sem þú þarft í raun ekki að gera (slík verk eiga það til að slæðast inn á slíka lista) merkir þú E eða strikar út.

Síðan skaltu forgangsraða innan þessa ramma. Merkja verkefni A1, A2, A3 o.s.frv. Fyrsta skref er að koma öllum D verkefnum í hendur annarra. Annað skref er að byrja á verkefni A1 og klára það. Næst tekur þú A2 verkefni og svo koll af kolli. Reglan er þessi. Aldrei byrja á B verkefni ef þú ert ekki búinn að ljúka við öll A verkefnin.

Lærðu meira um Pareto regluna - Sú regla segir að 20% af því sem við gerum skili 80% af árangrinum eða niðurstöðunum. Það þýðir að ef við gerum alltaf mikilvægustu 20% þá munum við þurfa að vinna minna fyrir meiri ávinninga. Hljómar of vel til að vera satt? Sláðu leitarorðið Pareto inn á Google.com eða lestu bókina um 80/20 regluna eftir Richard Koch. Skoðaðu málið og þú munt að öllum líkindum sannfærast.

Gerðu ráð fyrir hinu óvænta - Rithöfundurinn Stephen Covey kennir sínum nemendum að skipuleggja aldrei meira en 65% af tíma dagsins. Hann segir: „Á hverjum degi gerist eitthvað óvænt. Best er að gera einfaldlega ráð fyrir því."

Skrifaðu allt niður - Sumir skipuleggja aðeins vinnutímann en það er einnig mikilvægt að taka frá tíma fyrir líkamsrækt, tíma fyrir vinina og tíma til að verja með fjölskyldunni. Tímaskipulagning er fyrir alla.

Haltu orkustigi þínu háu - Engu máli skiptir hversu vel þú skipuleggur tímann ef þú hefur ekki orku til að framkvæma það sem þú ert búin/n að skipuleggja. Tímastjórnun er í raun ekki réttnefni. Þú getur ekki stjórnað tímanum. Þú getur einungis stjórnað þér innan tímans. Með líkamsrækt, réttu mataræði, hvíld, slökun og jákvæðu hugarfari geturðu framkvæmt meira en þig hefur nokkru sinni dreymt um.

Lifðu í augnablikinu - Þegar að tímaskipulagning er hluti af daglegu lífi er mun auðveldara að lifa í augnablikinu. Ef þú ert sífellt að hugsa um það sem þú átt eftir að gera býðurðu heim streitu, kvíða, pirringi og óþolinmæði. Með skýru skipulagi er hægt að takast á við eitt verkefni í einu án þess að hafa áhyggjur af því sem á eftir kemur. Því skaltu velja mikilvægasta verkefnið af listanum þínum og vinna einungis að því. Ekki hugsa um hvað þú átt eftir að gera eða það sem þú ert búinn að gera. Gerðu eitt í einu, það allra mikilvægasta sem þú getur gert hverju sinni. Ekki eyða tíma í að hugsa um allt sem þú gætir verið að gera. Þú getur bara gert eitt í einu og þannig finnur þú frið, kraft og einbeitingu í núinu. Hér fara saman austræn og vestræn speki. Vestræn speki kallar á árangur, hin austræna á hugarró og frið. Með réttri nálgun við tímaskipulagningu er hægt að framkalla hvort tveggja.

Tökum mig sem dæmi. Suma daga vakna ég og byrja að hugsa um allt sem ég á eftir að gera þann daginn. Ég verð strax þreyttur. Þá daga sem ég lifi í framtíðinni næ ég ekki almennilega að einbeita mér að hverju verkefni fyrir sig. Ég fell stundum í þá gryfju að mikla fyrir mér daginn, vikuna eða mánuðinn. „Ég á eftir að gera svo mikið!" Hugurinn hvílir í framtíðinni en líkaminn í núinu. Sem betur fer upplifi ég fleiri daga þar sem ég vakna, líti yfir skipulag dagsins og geri síðan einn hlut í einu. Ég hugsa ekki um það sem ég á eftir að gera heldur einbeiti mér einungis að því sem ég er að gera. Hið merkilega er að með þessu hugarfari get ég framkvæmt helmingi meira og gert það betur. Að kvöldi dags á ég næga orku eftir. Þá daga lifi ég áhyggjulaus í núinu.

Sjálfsagi

Því miður eru margir sem vanmeta þátt sjálfsaga við streitustjórnun. Sjálfsaga má útskýra í einni setningu: „Ég geri það sem ég ætla að gera, þegar að ég ætla að gera það, eins vel ég get gert það, hvort sem mig langar til þess eða ekki."

Taktu eftir. Manneskja sem hefur sjálfsaga gerir það sem hún ætlar sér, hún gerir það þegar að hún segist ætla að gera það og leggur sig alla fram um að gera sitt besta. Meginatriðið er hins vegar þetta. Hún gerir það hvort sem hana langar til þess eða ekki. Sjálfagi snýst ekki um að gera hlutina bara þegar að maður nennir.

Sama skilgreining gildir um fagmennsku. Fagmenn gera það sem þeir ætla að gera, eins vel og þeir geta gert það, sama hvernig þeirra persónulega ástandi er háttað. Geturðu t.d. ímyndað þér flugmenn sem myndu bara fljúga þá daga sem þeir væru í „stuði"? „Kæru farþegar. Því miður verður ekki flogið til Kaupmannahafnar í dag vegna þess að flugmaðurinn er ekki nægilega vel stemmdur."

Sjálfsagi býr til aukið samræmi milli hugsana, orða og athafna. Með því að standa við það sem maður segir, þ.e. lofa minna og gera meira, þá er hægt að draga verulega úr óþarfa streitu.

Áhrifamáttur vanans

Auðvelt er að venja sig á slæma siði en erfitt að venja sig af þeim. Það er auðvelt að venja sig á að vakna seint, mæta seint, vera óskipulagður og æfa sig bara þegar að maður nennir. Á móti getur verið erfitt að venja sig á góða siði en það er auðvelt að lifa með þeim. Þeir sem vakna snemma, æfa reglulega, eru skipulagðir og skrifa niður markmiðin sín og fylgja þeim eftir hafa mögulega verið lengi að temja sér þessa siði en eiga mjög auðvelt með að lifa með þeim í dag.

Í bók sinni *The Greatest Salesman In The World* (frábær andleg lesning, ekki láta titilinn blekkja þig) segir Og Mandino: „Venjur stjórna öllum okkar athöfnum. Því skaltu temja þér góðar venjur og láta þær stjórna ferðinni."

Winston Churchill, fyrrum forsætisráðherra Breta, hafði það fyrir vana að leggja sig daglega, jafnvel á meðan mesti stríðsreksturinn fór fram í seinni heimstyrjöldinni. Ef hann hefði byrjað á þeim góða vana rétt fyrir stríð hefði hann líklega hætt honum strax og stríðið byrjaði. Hjá honum var miðdegislúrinn hins vegar rótgróinn vani sem Churchill sagði að hefði veitt honum orku, dómgreind og úthald á meðan að stríðið stóð sem hæst.

Yogi Shanti Desai, kennari minn og vinur til margra ára, vaknar alltaf milli 4:30 og 5:30 á morgnana, hugleiðir og gerir æfingar. Hann þurfti að beita sig aga fyrstu árin en í dag þarf hann ekkert að hafa fyrir þessari hegðun. Jógaiðkunin á morgnana er hluti af vanamunstri hans, hluti af því hver hann er. Sá er áhrifamáttur vanans.

Félagslegar lausnir

Þegar kemur að því að takast á við yfirþyrmandi félagslegt og/eða umhverfislegt áreiti þekki ég aðeins eina aðferð. Hún felst í því að komast úr ástandinu sem allra fyrst og vinna síðan að því að breyta viðhorfi sínu svo að aðstæðurnar endurtaki sig ekki.

Þegar upp eru komnar kringumstæður þar sem að manneskja upplifir yfirþyrmandi og óviðráðanlegt áreiti, hvort sem um er að ræða einelti, andlegt eða líkamlegt ofbeldi eða mikla tilfinningalega vanlíðan, þá þarf að stíga fast niður og taka djarfa ákvörðun um að fara. Slík ákvörðun krefst ákveðni og hugrekkis. En í beinu framhaldi er mjög mikilvægt að byrja að vinna að því að breyta viðhorfinu. Ástæðan er einföld. Hvert sem þú ferð, þar ertu! Enginn getur flúið sjálfan sig. Manneskja sem hefur verið lengi óánægð í streituvaldandi sambandi hefur tileinkað sér ákveðið hugsanamunstur þegar hún loksins slítur því. Í næsta sambandi mun hún fljótlega verða óánægð aftur ef hún breytir ekki hugsanamynstrinu.

Hið sama á við í nánast öllum öðrum kringumstæðum. Ástæðan fyrir því að fólk virðist oft hoppa úr öskunni í eldinn þegar að það loksins ákveður að gera breytingar og fara úr mjög streituvaldandi aðstæðum er sú að það hefur ekki breytt sínum eigin hugsunum og sínum eigin viðhorfum. Viðhorfin geta verið skortur á sjálfsvirðingu, neikvæðni, reiði, pirringur, ábyrgðarleysi og svo mætti lengi telja. Mundu að viðhorf myndast í gegnum endurtekningu, tilfinningalega tengingu og fyrstu persónu hugsun. Þú getur auðveldlega séð hvernig margar yfirþyrmandi streituvaldandi aðstæður geta framkallað allt þrennt.

Starfsmannastjóri í stóru fyrirtæki hér á Íslandi ræddi við mig að loknum fyrirlestri haustið 2006 og sagðist oft hafa upplifað það hvernig fólk flytur viðhorfin með sér. Hún sagði: „Þeir sem koma hingað eftir að hafa verið í svipuðu starfi hjá öðru fyrirtæki en verið mjög óánægðir með starfsemina þar, verða oft óvenju fljótt óánægðir hér líka á meðan að aðrir eru ánægðir í sama starfi. Einhverra hluta vegna hafði ég ekki tengt það ríkjandi viðhorfum viðkomandi aðila við vinnuskiptin fyrr en núna. Hér eftir mun ég bæta spurningum sem snúa að fyrrum starfsaðstæðum og hugsanamynstrum sem hafa skapast út frá þeim inn í ráðningarviðtölin."

Samantekt úr öðrum kafla

Streitulaust líf er ekki til. Fólk er í mörgum tilfellum að berjast við afleiðingar streitu með því að deyfa sig. Einungis með því að skilja hverjar orsakir streitu eru er hægt að takast á við hana með góðum árangri.

Streitu má skilgreina á þrjá vegu, sem líffræðileg viðbrögð sem framkalla bætta frammistöðu, sem hugarfarsleg viðbrögð við áreiti og sem yfirþyrmandi félagslegt og/eða umhverfislegt áreiti.

Líffræðilegu viðbrögðin geta verið jákvæð og virkað sem orkuskot. Afleiðingar líkamlegra viðbragða eru þó alltaf neikvæðar og geta framkallað ýmsa líkamlega og andlega kvilla. Því er mikilvægt að temja sér góðar venjur eins og slökun, hreyfingu og orkustjórn.

Segja má að 80-90% af allri streitu sé sjálfssköpuð vegna þess að hún byggist á viðbrögðum fólks við áreiti. Eina leiðin til að draga úr streitu felst í því að breyta viðhorfum og venjum. Með auknum skilningi er hægt að virkja streitu þegar að það er viðeigandi en á hinn bóginn slaka á þegar að líffræðilegu viðbrögðin gagnast ekki. Til að ná betri stjórn á innvortis streituvöldum er t.d. hægt að axla fulla ábyrgð á eigin hugsunum, orðum og athöfnum, læra að fyrirgefa, forgangsraða með því að tileinka sér tímastjórnun, þjálfa sjálfsaga og koma inn nýju vanamunstri.

Yfirþyrmandi félagslegu eða umhverfislegu áreiti er aðeins hægt að bregðast við með því byggja upp hugrekki til að fara af staðnum. Í framhaldi þarf að vinna að því að breyta viðhorfi sínu til þess að draga úr líkum á því að skapa svipaðar aðstæður aftur.

Með reglubundinni slökun og hreyfingu, hugarfarsstjórn, viðhorfsbreytingum og uppbyggingu sjálfstrausts er því hægt að nýta streitu sér til framdráttar en draga að mestu úr neikvæðum afleiðingum hennar.

3.kafli - Sjálfstraust

Hugrekki felst í því að framkvæma eitthvað sem þú óttast að gera. Ekkert hugrekki getur orðið til án ótta.
- Eddie Rickenbacker

Hafðu eftirfarandi spurningar í huga á meðan að þú lest þennan kafla.

- o Hver er skilgreiningin á sjálfstrausti?
- o Hvernig get ég nýtt þær aðferðir sem koma fram í kaflanum til að efla sjálfstraust á mikilvægustu sviðum lífs míns?

Ég held því fram að skortur á sjálfstrausti sé eitt mesta mein sem liggur á okkar samfélagi. Slíka fullyrðingu set ég ekki fram að vanhugsuðu máli, þvert á móti hef ég hugsað um þetta vel og lengi. Ég er ekki að tala um sjálfstraust í formi hroka og yfirgangs því þar er á ferðinni minnimáttarkennd í dulbúningi. Ég er að tala um heilbrigt og uppbyggilegt sjálfstraust, sjálftraust sem byggir á innri verðleikum.

Innra með öllum liggja hæfileikar sem mögulegt er að draga fram, efla, styrkja, meitla, bæta við og byggja upp. Í þeim skilningi erum við öll óslípaðir demantar. En þegar að fólki skortir sjálfstraust mun það ekki efla sína meðfæddu hæfileika eða draga fram það besta í sjálfu sér. Þannig neitar það okkur hinum um allt það góða sem það gæti gefið af sér til samfélagsins. Þess vegna er skortur á sjálfstrausti mikið mein.

Hugtakið sjálfstraust virðist að einhverju leyti vera misskilið. Þannig halda t.d. margir að sjálfstraust fylgi í kjölfarið á sportbílaeign, fallegum fötum, rétta makanum, fjölda hjásvæfa eða réttu menntuninni.

En því miður er um blekkingu að ræða í öllum ofangreindum tilvikum. Sjálfstraust sem byggir einungis á utanaðkomandi áhrifum getur horfið jafn skjótt og það birtist. Sportbílaeign getur látið manneskju líða betur í stutta stund en í flestum tilfellum dofnar sú tilfinning fljótlega. Hið sama á við um föt og maka, sjálfstraustið kemur og fer með þeim. Manneskja sem reynir að sofa hjá fjölda fólks til þess að öðlast sjálfstraust skynjar yfirleitt á endanum að sú iðja hefur dregið úr sjálfstrausti hennar og sjálfsvirðingu ef eitthvað er.

En hvað með menntunina? Er menntun ekki örugg leið til að efla sjálfstraust? Því miður er það ekki svo. Menntun getur vissulega verið mikilvægt skref í rétta átt en prófessorar og doktorar sem byggja allt sitt sjálfstraust á áliti akademíunnar geta misst álit samverkamanna sinna jafnskjótt og þeir öðluðust það. Í framhaldi missa þeir sjálfstraustið ef það var byggt á áliti jafningjahópsins. Hið sama á við um aðrar starfsgreinar samfélagsins.

Hugtakið sjálfstraust er í eðli sínu þannig að það má ekki byggja á áhrifum eða áliti annarra. Sjálfstraust verður að byggja upp innan frá, annars er það ekki sjálfstraust.

Fram til þessa hef ég lagt mig fram við að skilgreina hugtök á borð við streitu og jákvæðni í bókinni. Nú er komið að sjálfstrausti.

Sjálfstrausti má lýsa í tveimur setningum:
Ég treysti mér til að takast á við verkefni lífsins.
Ég treysti mér til að fylgja draumum mínum og markmiðum.

Manneskja með sjálfstraust tekst á við verkefni lífsins en hörfar ekki undan þeim. Hún veit að vandamál og fyrirstöður munu óumflýjanlega verða á vegi hennar en hún er á sama tíma ákveðin í að finna lausnir, tækifæri og möguleika þegar að þar að kemur. Ef hún veit ekki hvað hún á að gera næst leitar hún aðstoðar frá öðrum. Oft er það merki um skort á sjálfstrausti þegar að manneskja þykist hafa öll svörin. Hátindi sjálfstraustsins er því náð þegar að manneskja getur sagt: „Ég veit það ekki," án þess að finna fyrir nokkurri skömm. „Því meira sem ég læri, því minna veit ég að ég veit ekki." Auðmýkt og æðruleysi gætu því talist til mikilsverðra eiginleika hjá manneskju sem býr yfir sjálfstrausti.

Annar hluti af því að treysta sjálfum sér felst í því að þora að fylgja draumum sínum markmiðum. Sálfræðingurinn Rollo May sagði eftirfarandi setningu sem hefur glumið í huga mínum allt frá því að ég heyrði hana fyrst: „Hugleysi er ekki andstaðan við hugrekki. Andstaðan við hugrekki felst í því að samlagast hópnum, að verða eins og allir aðrir." Í setningunni felst mikil viska. Ef manneskja elur með sér draum en þorir ekki að fylgja honum eftir og gerir þess í stað bara það sama og allir aðrir vegna þess að allir aðrir eru að gera það, þá jafngildir það hugleysi.

Í öllum menningarsamfélögum er máttur viðmiðunarhópsins mikill. Í bók sinni *Influence* segir sálfræðingurinn Robert Cialdini að samfélagið sé einn mesti áhrifavaldurinn í öllu sem við gerum. Þeir sem vilja brjótast undan þeim takmarkandi og dáleiðandi álögum sem samfélagið hefur hneppt þá í þurfa dug og þor. Sögubækur og sjálfsævisögur er fullar af dæmum um fólk sem hefur haldið fast í eigin sannfæringu þrátt fyrir að heimurinn í kringum það hafi ekki alltaf verið þeim sammála. Engar framfarir hefðu t.d. orðið á sviðum tækni og vísinda ef fólk hefði ekki alið með sér drauma og fylgt þeim eftir.

Líttu í kringum þig þar sem þú ert nákvæmlega þessa stundina. Staldraðu við og líttu í kringum þig! Allir manngerðir hlutir sem þú sérð í umhverfi þínu hófust sem hugsun í huga einhvers sem ól með sér þann draum að hluturinn yrði að veruleika. En það þurfti sjálfstraust til að hrinda hugmyndinni í framkvæmd.

Fjórir stólpar sjálfstrausts

Jafnvel þegar að ég var á munaðarleysingjahælinu sem drengur og ráfaði um göturnar í leit að mat, jafnvel þá hugsaði ég um mig sem besta leikara í heimi. Ég þurfti að finna fyrir kraftinum sem fylgir óhikandi sjálfstrausti. Án þess hefði ég hrapað og tapað.
- Charlie Chaplin

Segjum sem svo að ung manneskja nálgist mig með fyrirspurn. Hún spyr: „Geturðu hjálpað mér að byggja upp sjálfstraust fyrir stærðfræðiprófið sem ég er að fara í? Ég er alveg að deyja úr stressi.“ Ég svara: „Sjálfsagt. Ég get hjálpað þér að byggja upp sjálfstraust en þú verður að lofa mér að gera eitt." Hún spyr: „Hvað er það?" Ég svara: „Þú verður að lofa mér að læra stærðfræðina."

Aðferðirnar sem ég ætla að kenna hér á næstu síðum snúa fyrst og fremst að þremur þáttum sem mér hefur orðið tíðrætt um á síðum bókarinnar, þ.e. stjórn á hugsun, orðum og athöfnum. Af þessu þrennu er auðveldast að stjórna athöfnum, næst erfiðast að stjórna orðum og allra erfiðast að stjórna hugsunum. Til að þú náir betri stjórn á þessu þrennu mun ég kenna fjórar aðferðir. Líttu á þær sem fjóra jafnmikilvæga stólpa sem eiga að styðja við sjálfstraustið. Ef einn stólpann vantar verður sjálfstraustið valt, álíka valt og borð sem er aðeins með þrjá fætur af fjórum. Ef tvo þeirra vantar þá riðar sjálfstraustið til falls. Því er mikilvægt að þjálfa allar aðferðirnar til jafns.

Með aðferðunum get ég hjálpað manneskju að undirbúa sig andlega undir stærðfræðipróf en ef hún lærir ekki stærðfræðina munu aðferðirnar ekki hjálpa. Samhliða verður hún að þjálfa getu, þekkingu og tækni. Þannig er það á öllum sviðum lífsins.

En sjálfstraust skilur yfirleitt á milli þeirra sem eru góðir á einhverju sviði og þeirra sem eru bestir. Manneskja með mikla þekkingu en lítið sjálfstraust mun ekki ná langt. Hið sama má segja um manneskju sem er með mikið sjálfstraust en litla þekkingu. Því er varla furða að fjögur af hverjum fimm fyrirtækjum fari á hausinn innan tveggja ára frá stofnun þeirra. Þar er á ferðinni sjálfstraust án þekkingar, getu eða undirbúnings. Best er að blanda saman sjálfstrausti og þekkingu.

Hafandi sagt það vil ég bæta einu við, bara til að kalla fram skemmtilega þversögn til íhugunar. Manneskja með mikið sjálfstraust en litla þekkingu mun í flestum tilfellum hlaupa hringi í kringum manneskju með lítið sjálfstraust og mikla þekkingu. Ástæðan er sú að sjálfstraust hvetur fólk til framkvæmda.

Fjórir stólpar sjálfstrausts eru:

1. Líkamsstaða
2. Styrkjandi orðanotkun
3. Styrkjandi hugsanir og spurningar
4. Markmið og draumar

Líkamsstaða

Á vordögum 2007 heimsótti ég skólabúðir á Reykjum í Hrútafirði og ræddi þar við rúmlega eitt hundrað þrettán ára unglinga um forvarnir. Eftir margra ára reynslu á þessu sviði trúi ég því staðfastlega að uppbygging á sjálfstrausti sé ein besta forvörnin. Ég bað þau um að sýna mér líkamsstöðu manneskju sem væri þunglynd og þreytt. Þau urðu öll, án undantekninga, bogin í baki og leyfðu höfðinu að hanga. Sumir settu meira að segja upp hetturnar á peysunum sínum og drógu þær fyrir andlitið. Ég þóttist verða steinhissa og spurði hvort þau hefðu æft sig. Í beinu framhaldi bað ég þau um að sýna mér líkamsstöðu manneskju sem væri uppfull af sjálfstrausti. Án umhugsunar réttu þau öll úr bakinu, opnuðu brjóstkassann og lyftu höfðinu aðeins.

Þessa tilraun hef ég endurtekið með mörg hundruð manns, ungum og öldnum, á síðustu árum. Allir bregðast eins við. Allir vita að manneskja sem gengur með bakið beint, brjóstkassann opinn og lyftir höfðinu frá brjósti er líklegri til að hafa sjálfstraust en manneskja sem gengur um hokin. Vandamálið er að margir halda líka að líkamsstaðan sé afleiðing sjálfstrauststs en ekki orsök. Við nánari skoðun kemur í ljós að það getur virkað á báða vegu. Vissulega er manneskja líklegri til að ganga um með bakið beint ef henni líður vel og er ánægð með sjálfa sig. En að sama skapi getur sú einfalda athöfn að rétta úr bakinu verið fyrsta skrefið í átt að vellíðan og sjálfstrausti.

Ég hef persónulega unnið með þetta fyrirbrigði sem fyrirlesari í mörg ár og get með sanni sagt að smávægileg breyting á líkamsstöðu hefur óumdeilanleg áhrif. Með því einu að rétta úr bakinu og opna brjóstið hef ég oft breytt mér úr þreyttum og þusandi svarsýnissegg í kraftmikinn og sjálfstraustan bjartsýnismann á nokkrum sekúndum. Ég endurtek! Á nokkrum sekúndum! Ég hef gert þetta ítrekað, enda æft það stíft.

Sá sem lærir að stjórna líkamsstöðu sinni getur breytt því hvernig honum líður á örstundu. Að vísu dugar líkamsstaðan ekki ein og sér, heldur verður að nota hina stólpana í bland, en breytt líkamsstaða er fyrsta skrefið í rétta átt.

Á námskeiðum sem ég hef haldið undir fyrirsögninni *Þú getur staðið upp og talað* hefur þessi einfalda tækni skilað ótrúlegum árangri, jafnvel hjá reyndu fólki, því flestir eiga það til að missa hökuna niður að brjósti, leyfa öxlunum að rúlla örlítið fram í stað þess að draga þær aftur og verða hoknir í baki. Þótt það virðist einfalt þarf oft að hafa verulega fyrir því að snúa slíku vanamunstri við og það getur krafist töluverðrar æfingar.

Í íþróttasálfræði er mjög til áhugaverð hugmyndafræði. Ef að knattspyrnumaður er t.d. alltaf að skjóta boltanum til vinstri við markið dugar ekki fyrir þjálfarann að segja honum að skjóta beint á markið. Ef vanamunstrið í skotstíl knattspyrnumannsins leitar til vinstri mun boltinn í það minnsta alltaf lenda vinstra megin í markinu sama hversu oft hann ætlar sér að skjóta beint. Fljótlegasta og einfaldasta leiðin til að leiðrétta þetta er að segja honum að skjóta nokkrum sinnum hægra megin við markið. Þegar að hann hefur farið í öfga til hægri á knattspyrnumaðurinn í flestum tilfellum auðveldara með að finna miðjuna á ný.

Í tengslum við sjálfstraust þýðir þetta einfaldlega að stundum getur verið gott að fara yfir strikið með því að opna brjóstið um of, velta öxlunum vel aftur og lyfta höfðinu töluvert, áður en maður finnur miðjuna, sjálfstrauststöðuna. Allir sem koma á námskeið hjá mér fá tækifæri til að æfa þá stöðu. Ég kalla æfinguna núll áfanga í tjáningu. Oft kemur það fólki á óvart hvernig aðrir upplifa það við þessar kringumstæður. Í mörgum tilfellum finnst fólki það vera komið í hrokafulla líkamsstöðu, vera montið eða roggið. Um leið skynja aðrir í kringum það að sama líkamsstaða gefi til kynna heilbrigt sjálfstraust. Skynjun einstaklingins á sjálfum sér er því oft skekkt og litast af fyrirfram ákveðnum hugmyndum og viðhorfum.

Á námskeiði sem ég hélt í Neskaupsstað í apríl 2007 var kona sem sagði áhugaverða sögu um skynjun annarra á líkamsstöðu. Hún sagðist hafa átt í samræðum við vinkonu móður sinnar: „Skemmtilegt hvað þið mamma þín eruð líkar, en þú hefur samt alltaf verið minni en hún er það ekki?“ Dóttirin svaraði: „Hvað áttu við? Ég er 178 cm en hún er 172 cm á hæð.“ Hún sagði okkur síðan að mamma hennar væri hjúkrunarforstjóri og gengi alltaf um með bakið beint og brjóstið opið. Skynjun vinkonu hennar var því að mamman væri líkamlega stærri en dóttirin byggðist aðeins á því hvernig móðirin bar sig.

Ég mæli með því að allir æfi sig í að finna sterka sjálfstraustsstöðu. Áhrifaríkt er að þekkja stöðuna vel ef það á að vera hægt að grípa til hennar þegar að mikið liggur við. Líkamsstaðan hefur bæði áhrif á það hvernig þér líður og hvernig aðrir skynja þig.

Styrkjandi orðanotkun

Hvernig sem á það er litið þá hafa orð gífurlega mikil áhrif á það hvernig við upplifum lífið og tilveruna. Orð eru verkfæri sem við notum til að skynja umhverfið og skýra öðrum frá upplifun okkar. Enn fremur hafa orð töluverð áhrif á það hvernig samskipti við eigum við okkur sjálf. Í stað þess að tala um jákvæð og neikvæð orð vil ég frekar ræða um veikjandi og styrkjandi orð. Jákvætt og neikvætt er of afgerandi á meðan að hugtökin veikjandi og styrkjandi gefa vísbendingar um virkni og áhrif orðanna.

Hér á eftir fylgir listi yfir það sem ég hef skilgreint sem veikjandi og styrkjandi orð. Listinn er alls ekki tæmandi en ætti þess í stað að gefa þér áhugaverðar vísbendingar sem vert er að vinna út frá. Í framhaldi af upptalningunni mun ég ræða frekar um hverja skiptingu frá veikjandi yfir í styrkjandi orðanotkun.

Veikjandi orð	**Styrkjandi orð**
Reyna	Gera
Verð	Vel
Eyða	Verja

Vandamál	Verkefni
Mistök	Lærdómur
Ef	Þegar
Erfitt	Áskorun

Að gera í stað þess að reyna. Hér er smá tilraun. Núna, á meðan að þú ert að lesa þessa bók þá skaltu reyna að standa upp. Ekki standa upp, reyndu það bara. Þú getur það ekki, er það nokkuð? Þú getur annað hvort staðið eða setið. Að reyna að standa upp er ekki hægt. Í daglegu máli er hugtakið reyna yfirleitt notað í veikjandi tilgangi vegna þess að það felur að vissu leyti í sér fyrirfram uppgjöf. Á reyklausu námskeiðunum sem ég hélt með góðum árangri frá 1997 til 2007 bannaði ég t.d. fólki að nota orðið reyna ef það vildi ná árangri. Fólk annað hvort hætti að reykja eða ekki.

„Ég ætla að *reyna,*" er algjörlega máttlaust stríðsöskur og ekki líklegt til að efla sjálfstraust. Fólk notar þetta hugtak líka oft þegar að það hefur ekki tíma til að gera eitthvað en vill ekki særa aðra, t.d. með setningu eins og „ég reyni að komast í kvöld." Ef þú veist að þú kemst ekki, segðu það þá bara, ekki þykjast ætla að reyna. Ekki afsaka þig fyrirfram. Ekki að lofa þér að reyna eitthvað sem þú veist innst inni að þú ætlar ekki að gera. Hættu t.d. að reyna að fara að byrja í líkamsrækt, ekki reyna að hætta að reykja, ekki reyna að lesa meira o.s.frv. Gerðu það annað hvort eða ekki. Innantóm loforð umvafin fyrirfram ákveðinni hugmynd um að þér muni mistakast munu ekki gagnast neinum, síst af öllu þér. Þegar að maður hættir reyna og byrjar að gera býr það til hugarfarslegt frelsi til að forgangsraða. Líkt og Theodore Roosevelt, fyrrum forseti Bandaríkjanna sagði: „Gerðu það sem þú getur, við það sem þú hefur, þar sem þú ert."

Að velja í stað þess að verða. Þú hefur val - í langflestu sem þú gerir í lífinu. Hið sorglega er að margir eru búnir að sannfæra sjálfa sig um allt annað. Þeir hlaupa um í lífinu og verða stöðugt að gera hitt og þetta, jafnvel hluti sem þeir völdu að gera til að byrja með. Manneskja sem hættir að verða og byrjar að velja endurheimtir samstundis stjórn á eigin lífi. Þessi einfalda breyting á orðanotkun hefur hreinlega umbylt lífi fjölmargra þátttakenda á námskeiðum mínum til þessa.

Kona á miðjum aldri sem kom til mín á fyrsta námskeiðið í ágúst árið 2006 varð fyrir ótrúlegum áhrifum meðan á námskeiðinu stóð. Orðanotkunin er kennd á laugardeginum og þegar að allir voru mættir á sunnudeginum stóð hún upp og bað um að fá að deila sögu sinni með hópnum. „Góðan daginn," sagði hún. „Ég á móður sem getur verið dálítið erfið í samskiptum, vægt til orða tekið. Þegar að ég kom heim af námskeiðinu í gær þá hugsaði ég með þér að ég yrði nú að fara að hringja í hana. En svo stoppaði ég sjálfa mig í miðjum klíðum og sagði, nei, ég verð ekkert að hringja í hana, en ég vel að gera það. Ég talaði við hana í rúman hálftíma og það var besta samtal sem við höfum átt í mörg ár. Það eina sem ég gerði var að breyta orðavalinu og þar af leiðandi hugarfarinu. Ég valdi að hringja í hana í stað þess að verða og gera það. Ég breytti, hún breyttist ekki neitt, en það gjörbreytti öllu."

Fleiri hafa fundið sömu eða svipuð áhrif með þessum einföldu en áhrifaríku orðaskiptum. Það er til dæmis miklu betra að segja: „Ég vel að fara út að hlaupa," í stað þess að segja: „Ég verð að fara út að hlaupa." Sannleikurinn er sá að þú hefur val. Sá sem verður sífellt að gera allt finnur fyrir utanaðkomandi þrýstingi og finnst hann ekki lengur hafa neina stjórn á eigin lífi.

Á námskeiðum mínum hefur fólk mótmælt og sagt: „Já en maður verður nú að passa vel upp á börnin sín." Ég svara þá: „Nei. Maður verður ekki að gera neitt. Að standa sig vel í foreldrahlutverkinu er val ekki kvöð. Fullt af fólki skorast undan því hlutverki eða sinnir því með hangandi hendi af misskilinni skyldurækni sem gagnast börnunum lítið." Aðrir hafa sagt: „Já, en maður verður nú að hugsa um aldraða foreldra sína." Ég svara aftur: „Nei. Það er til fullt af fólki sem gerir það ekki. Ef þú velur að sinna foreldrum þínum, gerðu það þá af heilindum. Ekki vera bitur út í systkini þín sem velja að taka ekki jafn mikinn þátt. Veldu að gera það og umönnunin verður auðveld og ánægjuleg. Ef þér finnst þú verða að gera það býr það til reiði, svekkelsi og biturð." Þá segja enn aðrir: „En maður verður nú að borga skattana sína." Enn einu sinni svara ég: „Nei. Vissulega eru afleiðingar og fyrr eða síðar muntu ekki hafa val um það hvort að þú ferð í skattafangelsi, en fram að þeim tíma hefur þú val. Sá sem velur að borga skattana sína með glöðu geði gerir svo vegna þess að hann vill leggja sitt af mörkum til samfélagsins. Hér væru engir skólar, vegir eða sjúkrahús ef skattpeninga nyti ekki við."

Til að gera umræðuna áhugaverða ætla ég taka upp á því að vera í mótsögn við sjálfan mig. Orðavalið snýst ekki endilega um hvort að við verðum að gera eitthvað eða ekki. Orðavalið snýst um viðhorf til þess sem við höfum valið að gera í lífinu. Sá sem velur að fara í vinnuna, borga skattana sína, sinna börnum sínum, stunda líkamsrækt og vera góður við maka sinn er að mörgu leyti ólíkur þeim sem verður að gera hið sama. Sá sem velur er frjáls. Ef hann er ósáttur við það sem hann eru að gera getur hann valið að breyta, t.d. valið nýtt viðhorf eða valið að gera eitthvað annað við líf sitt. Sá sem verður að gera sömu hluti er alltaf óánægður vegna þess að í eigin huga hefur hann ekkert val. Nú er komið að þér að prófa og sannfærast. Prófaðu að velja það sem þú gerir og sjáðu hvernig þér líður.

Að verja í stað þess að eyða. Þessi orðanotkun á fyrst og fremst um í sambandi við tíma og peninga. Er ekki betra að verja tíma fjölskyldunni en að eyða tíma með henni? Hvað með þá sem drepa tímann? Og er ekki betra að verja peningum en eyða? Strax og þú ferð að tala um að verja tíma þínum og peningum í eitthvað, þá hugsarðu betur um hvað það er sem tíminn og peningarnir fara í.

Verkefni í stað vandamála. Það er ólíkt auðveldara að takast á við verkefni en vandamál. Verkefni eru leysanleg í hugum flestra á meðan að vandamál eiga það til að vera óyfirstíganleg. Með því að tala um verkefni í stað þess að tala um vandamál ertu að viðurkenna að það sem þú ert að takast á við sé leysanlegt, jafnvel þótt það sé erfitt. Engu að síður vil ég benda á að vandamál eru ekki alltaf af hinu slæma.

Rithöfundurinn Norman Vincent Peale sem skrifaði fjöldann allan af bókum um jákvætt hugarfar þróaði með sér sérstakt viðhorf þegar kom að vandamálum. Á fjölmennum fyrirlestri sem hann hélt einu sinni sagði Peale: „Hvað eru margir hérna inni sem vilja líf án vandamála?" Nánast allir réttu upp hönd. Þá sagði hann: „Ég skal fara með ykkur á stað þar finnast enginn vandamál, út í kirkjugarð. Vandamál eru merki um líf. Ef þú ert ekki að glíma við í það minnsta eitt gott vandamál þessa stundina skaltu krjúpa við rúmið þitt í kvöld, spenna greipar, horfa til himins og spyrja: Treystirðu mér ekki?"

Hvort sem við köllum erfiðleika vandamál eða verkefni þá eru þeir mikilvægur hluti af lífi hvers og eins. Mesti vöxturinn og þroskinn í lífi einstaklinga á sér yfirleitt stað þegar á móti blæs. Við þroskumst með því að takast á við vandamálin. Það þýðir að vísu ekki að við þurfum að biðja um vandamál líkt og Peale lagði til því þau virðast birtast á vegi okkar hvort sem við biðjum um þau eða ekki. En með því að kalla þau verkefni verða öll vandamál leysanleg.

Að læra í stað þess að gera mistök. Allir gera mistök en á sama tíma eru allir dauðhræddir við að gera mistök. Hægt að sýna fram á að ein fljótlegasta leiðin til að læra geti falist í því að gera mistök og læra af þeim. Einn milljónamæringur gekk svo langt að segja: „Ef þú vilt læra helmingi hraðar en aðrir, gerðu þá helmingi fleiri mistök." Með því að kalla uppákomu lærdómsríka reynslu er hægt að draga úr ótta við mistök. Ef við lærum, þá er um dýrmæta reynslu að ræða. Ímyndaðu þér nýjan flöt á samræðum. Einhver spyr: „Hvernig var dagurinn þinn?" Þú gætir sagt: „Ég lærði mjög mikið," í stað þess að segja: „Ég gerði fullt af mistökum." (Þegar upp er staðið er þó líklega viturlegast að læra af mistökum annarra ef það er mögulegt í stað þess að þurfa að gera þau öll sjálfur.)

Þegar en ekki ef. Byrjaðu að tala um það sem þú vilt eins og það muni raunverulega eiga sér stað, í stað þess efast stöðugt um það. Segðu þegar að ég kem mér í betra form, í stað þess að segja ef ég kem mér í betra form. Þegar að ég kemst inn í skólann, þegar að ég fæ launahækkun, þegar að ég næ markmiðum mínum o.s.frv. Þú munt ekki alltaf hafa rétt fyrir þér en manneskja sem efast stöðugt um eigin getu og ágæti mun ekki leggja á sig það sem þarf. Líkt og Michael Jordan sagði: „Þú verður að búast við einhverju af sjálfum þér áður en þú getur gert það."

Áskorun í stað erfiðleika. Áskorun er krefjandi, áhugaverð og eflandi. Erfiðleikar eiga það til að vera túlkaðir sem sársaukafullir, þungir og þreytandi. Áskoranir ýta við fólki og fá það til að vaxa og þroskast. Erfiðleikar eiga það einnig til að draga fólk með sér í gröfina. Allt er áskorun þangað til það verður auðvelt. Öll börn eiga erfitt með að læra að ganga. Dregur það úr þeim kjarkinn? Nei. Börn hafa ekki þróað með sér merkimiða þannig að þau halda bara áfram þangað til þau ná árangri. Með því að breyta um merkimiða og kalla hindranir og fyrirstöður áskoranir í stað þess að tala um erfiðleika dregur fólk oft meira af getu sinni og hæfileikum fram í dagsljósið. Um það snýst sjálfstraust þegar upp er staðið.

Orðanotkun snýst um merkingu

Með því að velta fyrir sér orðanotkun er auðvelt að sjá að það eru ekki endilega atburðir lífsins sem segja til um líðan okkar eða athafnir, heldur eru það merkimiðarnir sem við setjum á þessa atburði. Það er túlkun okkar á lífinu en ekki lífið sjálft sem segir til um það hvað við gerum og hvernig okkur líður. Manneskja sem notar styrkjandi orð verður sterkari. Noti hún veikjandi orð og hugtök getur hún auðveldlega skapað fórnarlamb í áður öflugum persónuleika.

Jafnvel þótt það geti verið auðvelt að breyta líkamsstöðu sinni er jafnvel enn auðveldara að skipta út orðum í daglegum samskiptum við aðra. Kannski er það þess vegna sem orðanotkunarhlutinn af sjálfstraustsumræðunni hefur fengið jafn mikinn hljómgrunn og raun ber vitni meðal þátttakenda á námskeiðum mínum. Fólk hefur fullyrt að þessi hluti námskeiðsins hafi breytt lífi þess til hins betra.

Styrkjandi hugsanir og spurningar

Til að efla stoðir sjálfstrausts enn frekar er hægt að ýta undir styrkjandi hugsanir og nota spurningar til að beina athyglinni í átt að eflandi og jákvæðum verkum.

Fólk notar spurningar stöðugt til að túlka atburði í lífi sínu. Algengar spurningar eru: Hvað þýðir þetta fyrir mig? Hvert er ég að fara? Er þetta raunverulegt ástand? Hvað á manneskjan við? Þannig mætti halda lengi áfram.

Í þessum hluta ætla ég hins vegar fyrst og fremst að skoða spurningar sem hafa annað hvort styrkjandi eða veikjandi áhrif á hugarfar og þar af leiðandi á sjálfstraust einstaklingsins. Spurningunum má skipta í tvo flokka og í raun má draga þessa flokka saman í tvær spurningar sem eiga sér síðan fjöldann allan af mismunandi útgáfum.

Veikjandi spurningin kristallast í orðunum *hvers vegna ég*?
Styrkjandi spurningin kristallast í orðunum *hvað get ég gert*?

Í Biblíunni segir „leitið og þér munuð finna", hugurinn segir „spyrjið og ég mun svara". Ef þú spyrð lélegra spurninga mun hugurinn veita léleg svör. Þar af leiðandi skiptir miklu máli að móta vel spurningarnar sem eiga að hjálpa manni að túlka lífið.

Hvers vegna ég? er spurning fórnarlambsins. Við henni er ekkert gott svar og þar af leiðandi fær spyrjandinn aðeins svör sem réttlæta reiði, biturð eða sorg. Sá sem spyr hvers vegna ég? fær svör eins og vegna þess að þú ert fífl, vegna þess að guð er reiður út í þig, vegna þess að þú átt ekkert betra skilið eða ég veit það ekki. Spurningin er skiljanleg undir ákveðnum kringumstæðum en svör hugans eru aldrei góð.

Ein leið til að koma sér út úr erfiðu hugarástandi er að spyrja hvað get ég gert? Aðrar útgáfur af sömu spurningu eru t.d.: Hvað hef ég lært? Hvað er gott við þetta? Hvaða möguleikar eru í stöðunni? Með því að spyrja spurninga á þessum nótum er spyrjandinn strax farinn að leita lausna. Naskir lesendur munu taka eftir því að styrkjandi spurningar leiða til jákvæðrar hugsunar samkvæmt skilgreiningu sem ég setti fram fyrr í bókinni. Spyrjandinn fer strax að leita að lausnum, möguleikum og tækifærum. Á sama tíma og hann viðurkennir erfiðleika sína neitar hann að velta sér uppúr þeim án niðurstöðu. Spyrjandinn gerir sér grein fyrir því að hann getur aldrei fundið svör við öllu en veit á sama tíma að það er alltaf hægt að gera eitthvað, hvort sem það er að sætta sig við orðinn hlut, breyta viðhorfi sínu, læra af kringumstæðum eða koma hlutum í framkvæmd.

Áhrifarík þankahríð

Önnur áhrifarík leið til að efla sjálfstraustið með spurningum er að hugsa á blaði. Það gagnast ekki alltaf að leita svara í bókum eða hjá öðrum. Heimspekingurinn Platón lýsti sér sem *ljósmóður þekkingar*. Hann sagðist geta fengið hvaða ómenntaða þræl sem er til að kenna sér grunnatriðin í stærðfræði ef hann fengi að spyrja þrælinn réttu spurninganna. Með því að treysta betur á okkur sjálf finnum við oft fjársjóð þekkingar og skilnings innra með okkur. Sjálfstraust snýst ekki bara um að spyrja betri spurninga, heldur einnig að treysta því að svörin sé að finna innra með sér.

Í því ljósi ætla ég að kenna aðferð sem getur hjálpað fólki að afhjúpa sína eigin visku. Aðferðin er einföld og ef þú notar hana munt þú fljótlega finna lausnir á öllum þínum helstu vandamálum og rúmlega það. Aðferðin er í tveimur þáttum.

1) Mótaðu réttu spurninguna og skrifaðu hana efst á autt blað. Helmingurinn af aðferðinni er fólginn í því að móta réttu spurninguna. Spurningin verður að leita lausna. Tökum dæmi. Segjum sem svo að þú viljir koma þér í betra líkamlegt form. Til að sjá mótvægið þá skulum við fyrst móta lélega spurningu. „Af hverju get ég aldrei komið mér í betra form?“ Hræðileg spurning vegna þess að við henni er ekkert gott svar. Örlítið betra væri að spyrja: „Hvað get ég gert til að koma mér í betra form?“ Enn betra væri að spyrja: „Hvað get ég gert til að koma mér í betra form og haft gaman að því?“ Þú sérð hvert þetta stefnir. Notaðu spurninguna til að leiða þig í átt að því sem þú virkilega vilt. Ef þú finnur engin svör getur verið gott að nota viðbótarspurningu sem ég nota oft á sjálfan mig. „En ef ég vissi það, hvert myndi svarið þá vera?“

2) Skrifaðu niður lágmark *tuttugu svör* við spurningunni sem þú mótaðir. Þetta er alls ekki jafn auðvelt og það hljómar. Mikilvægt er að finna tuttugu mismunandi svör við sömu spurningunni. Svörin mega vera í mótsögn, t.d. æfa oftar og æfa sjaldnar. Svörin mega vera blanda af þeim svörum sem komin eru. Svörin mega vera kjánaleg. Aðalatriðið er að sitja við iðjuna þar til að tuttugu svör eru komin á blað. Fyrstu tíu svörin eru auðveld. Næstu fimm aðeins erfiðari. Síðustu fimm geta tekið svo mikið á, sérstaklega í fyrsta skipti sem æfingin er framkvæmd, að hugsuðurinn tárast, verður rauður í framan eða fær aðsvif vegna blóðmagnsins sem flæðir fram í heilann. Þessi persónulega þankahríð getur tekið allt frá tíu mínútum upp í tvo til þrjá klukkutíma.

Mikilvægt er að dæma ekki svörin jafnóðum og þau eru skrifuð niður. Meginmarkmiðið er að koma tuttugu svörum á blað. Til að byrja með verða svörin ekki endilega mjög góð, en ef þú notar þessa aðferð nokkrum sinnum og ferð að treysta þér betur, muntu fá frábærar hugmyndir og aðferðir til að vinna úr.

Þegar að ég byrjaði að nota þessa aðferð spurði ég sjálfan mig spurninga alla virka daga. Það þýddi eitt hundrað svör eða hugmyndir á viku. Ég sá fljótt að ég gat ekki mögulega unnið úr svo mörgum hugmyndum þannig að núna nota ég þess aðferð tvisvar til þrisvar sinnum í mánuði, oftar ef ég er að ýta úr vör nýjum verkefnum. Ég nota þessa aðferð t.d. þegar að ég byrja að skrifa nýja bók, þegar ég er að byrja með ný námskeið, á öll *verkefni* (vandamál) sem ég er að kljást við, við áætlanagerð, þegar að ég á í samskiptaörðugleikum (við sjálfan mig eða aðra) og svo mætti lengi telja. Niðurstaðan er einföld. Ef þú spyrð betri spurninga þá færðu betri svör.

Markmið og draumar

Ímyndaðu þér að nýtt skip sé komið til landsins. Skipið skarar tæknilega fram úr öllum öðrum skipum flotans. Í því eru kraftmeiri vélar, betri stýribúnaður og nýjustu veiðarfæri. Siglingartækin eru öll beintengd við gervihnetti af fullkomnustu gerð. Til þess að prófa færni skipsins ákveður einhver að ræsa vélarnar og setja á fulla ferð áfram, án þess að áhöfn sé um borð eða ákveðin hafi verið stefna. Niðurstaða þeirrar tilraunar er öllum ljós. Án stefnu og áhafnar myndi jafnvel fullkomnasta skip veraldar snúast í hringi eða klessa á bryggjuna. Ef svo ólíklega vildi til að skipið kæmist nokkurn tíma úr höfn myndi það líklega fylgja veðri og vindum, rekast á önnur skip eða stranda.

Hið sama á við um lífið. Ef fólk ráfar um stefnulaust og án áhafnar (dómgreindar og vitsmuna) þá mun það fylgja straumnum, verða fyrir skakkaföllum eða þaðan af verra.

Í þessum kafla mun ég tala um muninn á draumum og markmiðum, ræða um mikilvægi markmiðasetningar, útskýra hætturnar sem geta fylgt í kjölfarið og kenna aðferðir sem geta hjálpað við markmiðasetningu.

Allir þeir sem hafa átt sér drauma og sóst eftir þeim hafa verið drifnir áfram af sterkri tilfinningu. Í þeim tilvikum hafa draumarnir skapað ákveðna tegund af ástríðu og viljastyrk sem hjálpar fólki að sigla í gegnum lífsins ólgusjó í átt að óskaniðurstöðunni. Draumur er mynd af framtíðinni og líkist meira tilfinningu en hugsun. Draumum má ekki rugla saman við draumóra. Draumurinn virkar eins og segull. Hann er eins og pólstjarna sæfaranna til forna. Öll markmið eru reiknuð út frá draumnum. Til samanburðar eru markmið skýr, skilgreind og mælanleg skref í átt að draumnum.

Snemma árs 2006 var ég að hlusta á BBC World Service og heyrði þar sögu af einstökum japönskum manni. Þegar að hann var 63 ára fór hann að hugsa sinn gang í lífinu. Hann var orðinn of feitur, stirður og stressaður. Hann borðaði aðeins of margar steikur og drakk aðeins of mikinn bjór. Hann var að fara á eftirlaun. Hann var ekki ánægður með þá framtíðarsýn sem hann sá þegar hann horfði fram á veginn, þ.e.a.s. ef hann myndi halda áfram á núverandi braut. Út frá þeirri sársaukafullu uppgötvun ákvað maðurinn að setja sér nýja stefnu í lífinu. Hann fann sér draum. Hann ákvað að klífa Mount Everest, hæsta tind jarðar. Fyrstu viðbrögð vina og ættingja voru skiljanleg. „Hvað þykist þú eiginlega vera að gera?" „Þú hefur ekki klifið fjöll í mörg ár." „Þú ert ekki í neinu formi." „Þú kannt engin tungumál." Þannig hélt úrtölukórinn áfram en maðurinn neitaði að gefa sig. Hann var meðvitaður um allar þessar fyrirstöður en neitaði að láta þær stöðva sig. Þannig urðu markmiðin til, þ.e. í þeim tilgangi að fjarlægja fyrirstöðurnar. Hann setti sér markmið á öllum sviðum lífsins, breytti mataræðinu smátt og smátt, fór að ganga á fjöll, lærði tungumál, fékk fjárstyrki og svo mætti lengi telja. Þegar að hann var alveg við það að gefast upp hugsaði hann um drauminn, að standa á toppi Mount Everest. Draumurinn hélt honum gangandi og með þrautseigju og þolinmæði náði hann hverju markmiðinu á fætur öðru. Til að gera langa sögu stutta þá stóð þessi japanski herramaður á toppi Mount Everst árið sem hann varð sjötugur. Þá voru liðin sjö ár frá því að hann sá fyrir sér drauminn. Ótrúlegum árangri er hægt að ná á sjö árum. Þess má geta að það var skýjað daginn sem hann stóð á toppi Mount Everest og því ætlar hann að fara aftur þegar að hann verður sjötíu og fimm ára.

Hvað er velgengni?

Earl Nightingale skilgreinir velgengni sem stöðuga framþróun í átt að settu eða verðugu markmiði. Skilgreiningin þýðir einfaldlega að allir þeir sem setja sér markmið og byrja síðan að taka markviss skref í átt að þeim markmiðum njóta velgengni frá fyrsta skrefi og í hverju einasta skrefi. Ef einhver á sér draum um að eignast fiskverslun þá nýtur hann velgengi frá þeim degi sem hann byrjar að safna sér fyrir fiskverslun. Ef einhver á sér draum um að verða prófessor í efnafræði þá nýtur hann velgengni frá þeim degi sem hann kaupir fyrsta efnafræðisettið sitt og byrjar að prófa sig áfram. Ef einhver á sér draum um að verða heimsfrægur rithöfundur þá nýtur hann velgengni frá því að hann byrjar að skrifa fyrstu síðuna.. Ef einhver ætlar sér að ná frábærum árangri í foreldrahlutverkinu, þá nýtur viðkomandi velgengni strax og hann byrjar að forgangsraða upp á nýtt. Velgengni Japanans var ekki náð þegar að hann stóð á toppi Mount Everest. Hann naut velgengni allt frá þeim degi að hann byrjaði að undirbúa sig fyrir ferðina. Skilgreining Nightingale segir einfaldlega: „Þú nýtur velgengi alla þá daga sem þú tekur skref og mjakast í átt að þeim markmiðum og draumum sem þú hefur sett þér.“

Mig langar að undirstrika þessa skilgreiningu með stuttri sögu úr hjónalífinu. Allir vita að enginn er spámaður í eigin föðurlandi og á mínu heimili er það engin undantekning. Jóhanna, konan mín, styður mig á allan hátt og við ræðum allt milli himins og jarðar, en ég myndi aldrei líta á hana sem nemanda, né heldur hún mig sem sinn kennara. Því var það þannig að þrátt fyrir að hafa heyrt þess skilgreiningu nokkrum sínum frá mér á námskeiðum og fyrirlestrum þá var það ekki fyrr en Jóhanna fékk lánað námskeið út í bíl með Earl Nightingale sem heitir *Lead the Field* að hún áttaði sig raunverulega á hversu máttug þessi skilgreining er. Eftir að hafa hlustað á skilgreiningu Nightingale á leiðinni heim úr skólanum einn daginn þá kom hún nánast hlaupandi inn og sagði:

„Guðjón, við njótum velgengni!"

Ég svaraði: „Já, ég veit."

Hún sagði aftur: „Nei þú skilur ekki. Við njótum velgengni, núna! Við erum að vinna í átt að öllum okkar markmiðum."

Ég svaraði aftur: „Jú, ég skil og er alveg sammála."

Hún sagði: „Nei þú skilur ekki. Við þurfum ekki að bíða eftir neinu. Lífið verður ekkert betra þegar að við náum markmiðunum, velgengnin felst í því að stefna í átt að markmiðunum, ekki að ná þeim. Þetta snýst um það hver við verðum á leiðinni, ekki hver við erum þegar að við komumst þangað."

Allt of margir fórna deginum í dag fyrir betri framtíð. Með því að skilja og nýta sér skilgreiningu Nightingale er hægt að njóta velgengni alla daga.

Tvennt stendur uppúr þegar rætt er um markmiðasetningu. Í fyrsta lagi, ná þeir sem setja sér *skrifleg markmið* yfirleitt árangri á skemmri tíma en þeir sem hafa óljósa hugmynd um það sem þeir vilja. Í öðru lagi, opnast oft fyrir *nýjar leiðir* og möguleikar sem hefðu annars ekki komið í ljós þegar byrjað er að sækja í átt að einu markmiði.

Hið síðarnefnda er einnig kallað *gangaeinkennið*. Í því kemur fram sú hugmynd að manneskja sem stendur við enda tveggja ganga en neitar að leggja af stað niður annan hvorn þeirra mun ekki öðlast nein ný tækifæri. En manneskja sem tekur ákvörðun og byrjar að ganga niður annan hvorn ganginn (skiptir ekki máli hvorn hún velur) mun sjá nýjar dyr opnast á báða bóga. Fyrir henni munu opnast ný og spennandi tækifæri. Þannig getur síðarnefnda manneskjan breytt stefnu þegar hún er lögð af stað ef hún sér nýja möguleika sem höfða betur til hennar.

Rithöfundurinn og fyrirlesarinn T. Harv Ecker setur sömu hugmynd fram á annan hátt. Hann segir: „Vertu viðbúinn, skjóttu, miðaðu." Ecker heldur því fram að margir eyði svo miklum tíma í að miða að þeir skjóti aldrei. Með því að vera viðbúinn, skjóta og miða síðan á leiðinni mun maður öðlast dýrmæta reynslu sem hefði annars ekki fengið. Markmið halda fólki á hreyfingu í átt að því sem það vill fá út úr lífinu og hjálpa því að halda áfram að vaxa í stað þess að visna.

Tilgangur og langlífi

Ávinningar markmiðasetningar geta meðal annars komið fram í aukinni líkamlegri orku, ástríðu, einbeitingu, lífsvilja, jákvæðni og jafnvel langlífi. Á námskeiði sínu *The Maverick Mindset* vitnar Dr. John Eliot í rannsókn sem var gerð á fólki sem hafði orðið eldra en hundrað ára. Markmið rannsóknarinnar var að finna það sem þetta fólk átti sameiginlegt, þ.e. fyrir utan erfðafræðilega þáttinn sem hefur veruleg áhrif. Niðurstaða rannsóknarinnar var sú að þeir sem lifðu í hundrað ár eða meira virtust einungis eiga tvennt sameiginlegt. Hið fyrsta var regluleg hreyfing sem kom raunverulega engum á óvart. Hið síðara var öllu óvanalegra. Rannsakendurnir lýstu því þannig að þeir sem enn lifðu virtust allir hafa tilgang. Ekki var um að ræða skriflega markmiðasetningu líka þeirri sem kennd er í þessum kafla, heldur virtist þetta gamla fólk aðeins hafa eitthvað að lifa fyrir. Lífið hafði tilgang. Stöðug og endurnýjuð markmiðasetning getur haft svipuð eða sömu áhrif. Ég er ekki að lofa langlífi, en ég er að lofa tilgangi.

Áhættur sem tengjast markmiðasetningu.

Ég hef farið á ótal námskeið um markmiðasetningu og lesið fjölda bóka um sama efni. Því miður hafa einungis örfáir þeirra sem kenna markmiðasetningu haft fyrir því að benda á þær hættur sem leynast í iðjunni. Ástæðan getur verið sú að það sé nógu erfitt að fá fólk til að setja sér markmið þótt ekki sé dregið úr því með umtali um hættur.

Ég tel hins vegar að mikilvægt sé að ræða opinskátt um þessar hættur svo að hægt sé að varast þær. Sjálfur hef ég því miður fallið í allar eftirfarandi gildrur. Reynslan er dýr skóli en góðu fréttirnar eru þær að ég lifi til frásagnar og hef alls ekki gefist upp á markmiðasetningu fyrir vikið.

Gullnu handjárnin - Á námskeiðinu *The Maverick Mindset* segir Dr. John Eliot frá manni af afrískum uppruna sem gekk inn á skrifstofu hjá honum. Maðurinn var sérlega íþróttamannslega vaxinn, á að giska tæplega fertugur, í Armani jakkafötum með flottasta Rolex gullúr sem Dr.Eliot hafði séð. Maðurinn leit út fyrir að vera ímynd velgengninnar. Hann horfði örvæntingafullur á Dr.Eliot og sagði: „Þú verður að hjálpa mér að losna úr þessum gullnu handjárnum." Maðurinn útskýrði að hann væri toppsölumaðurinn hjá lyfjarisanum Pfeizer í Bandaríkjunum. Hann átti fallegt einbýlishús, sumarhús, flotta bíla og hafði aðgang að einkaþotu vegna vinnunnar. Hann var ímynd ameríska draumsins en hann var óhamingjusamur. Hann útskýrði: „Ég vildi gjarnan geta farið aftur til landsins sem ég fæddist í til að hjálpa þeim að byggja upp faglegt viðskiptaumhverfi. Það er draumurinn minn. Ég er bara svo skrambi góður í að setja mér markmið og ná þeim að ég hef skapað mér gullin handjárn sem ég á erfitt með að losna úr. Ef ég fylgi draumnum og fer til Afríku er ég hræddur um hvernig fjölskylda mín, vinir og vinnufélagar munu bregðast við." Dr. Eliot útskýrði ekki frekar hvernig saga þessa manns endaði. Hann vildi hins vegar koma því á framfæri með sögunni að draumar mega ekki víkja fyrir markmiðum.

Ef við eigum að njóta þeirra ávinninga sem draumar og markmið geta veitt okkur er nauðsynlegt að markmiðin séu í samræmi við draumana. Þessi maður hafði fórnað draumnum fyrir markmiðin. Hann hafði tekið sér ameríska drauminn til fyrirmyndar án þess að hafa nokkurn tímann óskað eftir honum sjálfur. Maðurinn hélt að þetta væri það sem allir vildu. Boðskapur sögunnar er einfaldur. Ekki gera drauma og markmið annarra að þínum eigin. Ekkert er verra en að hafa klifið metorðastigann alveg upp í topp og átta sig síðan á því að hann hallar upp að röngum turni.

Fín lína er á milli þess að vera sáttur og vilja stöðugt vaxa - Til að finna fyrir sjálfsvirðingu og sjálfstrausti er nauðsynlegt að feta fína línu á milli þess að vera sáttur við sjálfan sig eins maður er og vilja stöðugt vera að vaxa og þroskast. Jafnvægi á milli þessara tveggja hugmynda er algjörlega nauðsynlegt af maður vill ná árangri í markmiðasetningu. Leiti fólk of langt í aðra hvora áttina er líklegt að ójafnvægi fylgi í kjölfarið.

Flestir skilja vel að hættuna sem getur myndast við það að vilja stöðugt að vaxa og þroskast. Þannig verða menn alltaf óánægðir, alltaf að bíða eftir því að hlutirnir verði betri. Lífið er sett í bið þar til markmiðinu er náð. Ég hef upplifað þetta ástand og það er ekki ánægjulegt. Markmiðið er sett vegna óánægju, maður er vansæll meðan að stefnt er að því og gleðst einungis stutta stund þegar að markmiðinu er náð. Viturlegra er að tileinka sér skilgreiningu Earl Nightingale og vera ánægður í hverju skrefi sem maður tekur í átt að því markmiði sem maður hefur sett sér.

Margir eiga hins vegar erfiðara með að skilja hættuna sem getur verið fólginn í því að vera sáttur við sjálfan sig eins og maður er. Sá sem hugsar of langt í þá átt fer ósjálfrátt að sætta sig við hegðun og hugsun sem getur verið langt fyrir neðan hans virðingu. „Ég verð bara að vera sáttur við mig eins og ég er," er hugsun sem getur óafvitandi leitt einhvern til þess að lækka viðmiðunarmörkin í lífi sínu. Ef við tökum róttækt dæmi þá horfir róninn í ræsinu t.d. á heróínfíkilinn og segir: „Svona ætla ég aldrei að gera." Við getum alltaf fundið einhvern verri til að miða okkur við en það hjálpar okkur ekki að vaxa og þroskast.

Til að finna jafnvægi er mikilvægt að fara stöðugt með setninguna: „Ég er sáttur við sjálfan mig eins og ég er og ég er alltaf að vaxa og þroskast." Þegar að jafnvægi skapast mynda þessar tvær mikilvægu hugmyndir heilbrigða sjálfsímynd og kynda þar af leiðandi undir sjálfstraust og sjálfsvirðingu af bestu gerð.

Óraunhæf tímamörk - Á námskeiðum sínum hamrar Brian Tracy stöðugt á þeirri hugmynd að ekki séu til nein óraunhæf markmið, aðeins óraunhæf tímamörk. Tímamörk eru hugsuð sem hvati, álag, pressa eða jákvæð streita til að hjálpa fólki að ná markmiðum sínum hraðar. Séu tímamörkin sett of nærri mistekst fólki ætlunarverk sitt vegna þess að það nær ekki markmiðinu á tilsettum tíma og gefst upp. Séu tímamörkin of fjarlæg þá er enginn hvati til framkvæmda.

Í bókinni *Good to Great* eftir Jim Collins er mjög áhugaverð saga um þetta fyrirbæri. Þar segir frá fyrrum hermanni sem hafði verið tekinn til fanga í Víetnam þar sem hann dvaldi í átta ár við hræðilegar aðstæður. Hann sagði: „Bjartsýnismennirnir dóu."

Fyrst þegar að ég las þessa yfirlýsingu hermannsins fékk ég áfall. Hvað átti hann eiginlega við? Var það ekki einmitt bjartsýni sem kom mönnum í gegnum aðstæður sem þessar? Ég las áfram og fékk útskýringu á því hvað hann átti við þegar að hann talaði um bjartsýnismenn. „Bjartsýnismennirnir voru þeir sem voru alltaf að segja: Okkur verður bjargað fyrir jól. Okkur verður bjargað fyrir páska. Okkur verður bjargað fyrir sumarið. Þeir urðu fyrir stöðugum vonbrigðum. Sumir sviptu sig lífi. Aðrir gáfust upp. Þeir hættu að taka þátt í daglegu lífi fangabúðanna og þurftu oft að þola illa meðferð fangavarðanna fyrir vikið. Sumir létust af sárum sínum. Ég lifði af vegna þess að ég var jákvæður en ekki bjartsýnn. Ég trúði því að okkur yrði bjargað en ég vissi ég myndi ekki ráða hvernig og hvenær. Hið eina sem ég gat gert var að lifa af einn dag í einu."

Í tilviki stríðfanganna voru óraunhæf tímamörk hreinlega banvæn. Í tilviki þeirra sem stunda markmiðasetningu þá drepa óraunhæf tímamörk markmiðin.

Annað sem er merkilegt og má læra af frásögn fyrrum hermannsins er að hann setti sér aldrei markmið um eitthvað sem hann hafði ekki stjórn á. Hann var jákvæður en hugsaði fyrst og fremst um að stjórna eigin hugsunum, orðum og athöfnum þannig að hann myndi lifa af. Að sama skapi eiga markmið okkar fyrst og fremst að snúa að því sem við getum gert þótt við þurfum yfirleitt utanaðkomandi aðstoð af einhverju tagi til að ná þeim markmiðum sem við setjum okkur.

Markmiðaæfing

Ég heyri og ég gleymi. Ég sé og ég man. Ég geri og ég skil.
- Konfúsíus

Nú er komið að þér. Eftir að hafa lesið um drauma, markmiðasetningu, loforð og jafnvel hættur, ættir þú nú að vera tilbúin/n til að taka næsta skref sem felst í því að setjast niður og skrifa niður markmið þín og drauma. Því fyrr sem þú byrjar því betra.

Í fyrsta sinn sem ég setti mér skrifleg markmið árið 1996 var það til eins árs. Ég var búinn að ná þeim öllum innan þriggja mánaða. Frá þeim tíma hef ég náð rúmlega 90% af þeim markmiðum sem ég hef sett mér. Ég geri mér grein fyrir því að fyrstu skrefin í markmiðasetningu eru tekin í trausti því það eru engar tryggingar í lífinu. En ef þú ferð eftir leiðbeiningunum lærirðu smám saman að treysta því að þú munir uppskera í samræmi við sáningu.

Markmiðaæfingunni er skipt í fjóra hluta. Til þess að geta framkvæmt fyrstu þrjá hluta æfingarinnar þarftu blað, penna eða blýant og góðan tíma í sæmilegri kyrrð. Svaraðu öllum spurningunum og skrifaðu hratt og örugglega. Mundu að það fyrsta sem þér dettur í hug er yfirleitt það rétta. Ef þú ert að gera þetta í fyrsta sinn skaltu muna að allt er erfitt þangað til það verður auðvelt. Enginn er fullkominn í fyrsta sinn. Markmiðasetning krefst æfingar eins og allt annað. Fjórði hlutinn felst í úrvinnslu á draumnum og markmiðunum. Hann ætti smám saman að verða hluti af daglegu lífi. Gangi þér vel.

Hvaða gildi stjórna því hvernig þú setur þér markmið?

Hér á eftir fylgir listi yfir þrjátíu jákvæð gildi og karaktereinkenni sem sterkir einstaklingar hafa sýnt í gegnum aldirnar. Veldu þér fimm gildi til að hafa í huga meðan á markmiðasetningunni stendur. Þannig ertu að nálgast markmiðasetningu frá jákvæðu og heilbrigðu sjónarhorni. Listinn er ekki tæmandi og því skaltu bæta við þínum eigin gildum og eiginleikum ef þér finnst eitthvað vanta.

- Jákvæðni	- Fyrirgefning	- Þrautseigja
- Þolinmæði	- Kjarkur	- Ákveðni

- Traust	- Virðing	- Stundvísi
- Kærleikur	- Næmni	- Yfirsýn
- Ábyrgð	- Þor	- Dugnaður
- Friður	- Kraftur	- Heilindi
- Framtíðarsýn	- Trúverðugleiki	- Sannfæringakraftur
- Umburðarlyndi	- Samskiptahæfni	- Heiðarleiki
- Gjafmildi	- Þjónusta	- Auðmýkt
- Göfuglyndi	- Ástríða	- Sjálfsagi

Hvernig mun líf þitt líta út eftir 10 ár ef allir þínir draumar verða að veruleika?

Taktu lokið af ímyndunaraflinu og leyfðu þér virkilega að dreyma. Fjarlægðu allar fyrirfram ákveðnar hugmyndir um hvað er mögulegt, fjarlægðu allar fyrirstöður sem snúa að aldri, menntun og peningum. Leyfðu þér að dreyma um leið og þú svarar eftirtöldum spurningum skriflega.

- Ef þú ættir töfrastaf og gætir sveiflað honum óskað þér, hver yrði óskin?
- Hver ertu eftir tíu ár ef allir þínir draumar verða að veruleika? Hvaða persónueinkenni berðu með þér, hvaða ósiði ertu laus við, hvaða menntun og/eða reynslu ertu með og hvernig er staða þín í samfélaginu?
- Hvar ertu eftir tíu ár ef allir þínir draumar verða að veruleika? Ertu hér á landi, erlendis, í húsi, úti á túni, uppi á fjalli? Hver er draumastaðurinn þinn?
- Hverjir eru hjá þér eftir tíu ár ef allir þínir draumar verða að veruleika? Er það sama fólkið og er hjá þér í dag? Hafa

nýir einstaklingar bæst í hópinn, t.d. nýr maki, börn, nýir vinir o.s.frv.?

- Hvað hefur þú eignast eftir tíu ár ef allir þínir draumar verða að veruleika? Hver er fjárhagsstaðan? Áttu húsnæði, bíla eða önnur efnisleg gæði sem þér þykja eftirsóknarverð? Með því að hugsa til tíu ára skilurðu hismið frá kjarnanum og einbeitir þér algjörlega að því sem skiptir þig mestu máli.
- Hvernig mun líf þitt líta út eftir 10 ár ef allt verður fullkomið?

Með því að skrifa niður drauminn í smáatriðum ertu að mála mynd með orðum. Ef þú hefur listræna hæfileika geturðu líka tekið þig til og málað myndina á striga eða blað. Leyfðu þér að dreyma og sjáðu hver niðurstaðan verður.

Hver eru 10 mikilvægustu markmiðin sem þú getur sett þér fyrir næstu 12 mánuði?

Hér er nokkur atriði sem gott er að hafa í huga á um leið og þú skrifar markmiðin.

- Markmið þurfa að vera í samræmi við drauminn sem þú ert búin/n að skrifa niður. Þau eru í reynd markviss skref í átt að draumnum.
- Til eru tvenns konar markmið, mælanleg markmið og lífsstíls markmið. Hafðu mælanlegu markmiðin eins nákvæm og mögulegt er. Tilgreindu fjárupphæðir, kíló,

verkefnalengdir, fjölda verkefna, vegalengdir, tímamörk o.s.frv. Lífsstílsmarkmiðin eru sveigjanlegri. Þú ert búinn að ná þeim eða ekki þegar þau eru orðin áreynslulaus og hluti af vanamunstri þínu, t.d. „Ég hugleiði daglega."

- Best er að skrifa markmið niður í fyrstu persónu í nútíð, líkt og að þau séu þegar orðin að veruleika. Dæmi: „Ég þéna X krónur." „Ég hleyp X kílómetra á viku." „Ég er búinn með X áfanga í náminu sem ég er í." „Ég les X margar bækur á mánuði." o.s.frv.
- Markmið eru ekki það sama og verkefnalistar. Markmið þurfa að reyna á þig, krefja þig um að gera eitthvað nýtt og stíga út fyrir þægindasviðið. Það mega vera hámark 80-90% líkur á að þú náir markmiðinu. Ef það eru 100% líkur á að þú náir því sem þú skrifar á blaðið, þá er það verkefni en ekki markmið.
- Þú þarft ekki að vita nákvæmlega hvernig þú ætlar að ná markmiðinu, þú þarft bara að skrifa niður hvað þú vilt og vera opinn fyrir því að finna leiðir. Því fastheldnara sem fólk er í aðferðir eða leiðir að markmiðum sínum, því erfiðara getur verið að ná þeim. Vertu opin/n fyrir því að prófa nýjar leiðir.

Úrvinnsla

Eftirfarandi punktar geta hjálpað þér að vinna úr þeim draumum og markmiðum sem þú ert búin/n að skrifa á blað.

Draumar eru ekki meitlaðir í stein. Algengt er að fólk finni fyrir blöndu af ástríðufullri spennu og smá kvíða þegar að það hefur skrifað raunverulegan draum á blað. Mikilvægt er að halda draumnum lifandi með því að vera stöðugt að endurskoða hann og fínpússa. Þegar fram líða stundir og ný tækifæri koma í ljós er ekkert sem bannar fólki að breyta draumnum algjörlega.

Gott er að brjóta markmiðin niður í viðráðanleg skref og bæta þeim síðan inn í tímaskipulag hverrar viku fyrir sig. Persónulega hefur mér þótt áhrifaríkt að hafa markmiðalista alltaf til hliðsjónar þegar að ég skipulegg tíma minn.

Prófaðu að vinna að hámark tíu til tuttugu markmiðum í einu. Varastu að hafa markmiðalistann of langan. Jafnslæmt getur verið að hafa of mörg markmið og að hafa engin markmið. Ég vinn alltaf út frá topp tíu lista. Þegar að einu markmiði er náð er hægt að bæta við nýju.

Skoðaðu markmiðalistann þinn reglulega, helst ekki sjaldnar en einu sinni í viku. Fylgstu með því hvort þú sért að færast í átt að markmiðum þínum eða ekki. Mundu að velgengni felst í því að færast í átt að sínum eigin markmiðum. Samkvæmt skilgreiningu Earl Nightingale snýst velgengni um ferðalagið, ekki áfangastaðinn, um það hver þú verður á leiðinni, ekki um það hvað gerist þegar takmarkinu er náð.

Gerðu lista yfir fólk sem getur hjálpað þér að ná markmiðum þínum og talaðu síðan við það eins fljótt og auðið er. Hvort sem um er að ræða fjölskyldumeðlimi, fyrirtæki, skólastofnanir, útgefendur, ráðgjafa eða aðra, þá skaltu hafa hraðann á og hafa samband strax. Því lengur sem þú bíður því líklegra er að þú missir af tækifærinu. Rannsóknir sýna að ólíkir einstaklingar geta fengið sömu eða svipaðar hugmyndir á svipuðum tíma. Sá sem er fyrstur til að framkvæma ber sigur úr býtum (ef þannig er hægt að orða það).

Gerðu lista yfir það sem þú telur þig þurfa að læra til að eiga auðveldara með að ná markmiðum þínum. Þarftu að fara á námskeið, lesa bækur eða fara í lengra nám? Geturðu kannski nálgast upplýsingarnar á einhvern annan máta?

Vertu vakandi og opin/n fyrir umhverfi þínu. Þegar að þú setur þér markmið ertu að gefa huga þínum skilaboð. Þú ert að segja meðvitundinni (skjánum úr tölvusamlíkingunni) að þér finnist eitthvað mikilvægt eða áhugavert. Þar af leiðandi er líklegt að þú farir að taka eftir alls kyns hlutum í umhverfinu sem þú varst áður blind/ur fyrir. Fyrr í bókinni tók ég dæmi um manneskju sem ákveður að fara í nám sem fer að taka eftir auglýsingum um nám í blöðum og verður næmari fyrir umhverfi sínu á allan hátt. Margir vilja meina að þarna sé um einhverja tegund af töfrum að ræða og stundum getur það litið út eins og heimurinn sé að endurraða sér til að mæta þínum þörfum, en sannleikurinn er sá að þessi aukna næmni er hreinlega hluti af eðlilegri starfsemi hugans. Sá sem er vakandi og opinn getur fundið alls kyns nýjar og óvæntar aðferðir til að ná markmiðum sínum. Allt sem hann hugsar um vex.

Gerðu eitthvað við fyrsta tækifæri til að koma þér af stað. Þessi ráðlegging hefur verið rituð á marga vegu: „Oft veltir lítil þúfa þungu hlassi." „Þúsund mílna ferð hefst með einu skrefi." „Af litlum neista verður oft mikið bál." Hið góða við klisjur er að í þeim leynist yfirleitt einhver sannleikur, annars væru þær ekki klisjur. Því fyrr sem þú gerir eitthvað, því fyrr hefst ferðalagið.

Samantekt úr þriðja kafla

Skortur á sjálfstrausti er eitt mesta mein sem liggur á okkar samfélagi. Sjálfstraust felst í því að treysta sjálfum sér til að takast á við verkefni lífsins og treysta sjálfum sér til að fylgja draumum sínum og markmiðum. Sjálfstraust felst í því að verða besta útgáfan af sjálfum sér.

Sjálfstraust er aðeins hægt að byggja upp að innan. Fjórir stólpar sjálfstrauststs felast í líkamsstöðu, styrkjandi orðavali, áhrifaríkum spurningum og persónulegum draumum og markmiðum. Með því að fara eftir formúlunni, ganga um með bakið beint, velja í stað þess að verða, spyrja alltaf hvað sé hægt að gera og hugsa reglulega um markmið sín og drauma, getur hver sem er byggt upp sjálfstraust á hvaða sviði sem er. Samhliða því er einnig nauðsynlegt að þjálfa upp getu, tækniþekkingu og hæfni.

4. kafli - Hinar sjö mannlegu þarfir

Stefndu að framförum ekki fullkomnun... Mundu að alltaf býr ótti að baki fullkomnunaráttu. Með því að horfast í augu við eigin ótta og gefa þér leyfi til að vera mannleg/ur geturðu, þótt mótsagnarkennt sé, orðið mun ánægðari og framasæknari manneskja.
- David Burns

Hafðu eftirfarandi spurningar í huga á meðan að þú lest þennan kafla.

- Hvernig tengjast hinar sjö mannlegu þarfir mínu lífi?
- Hvaða fræði liggja að baki hugmyndafræðinni?
- Hvað get ég gert til að koma lífi mínu í betra jafnvægi?

Árið 2006 ritaði ég og gaf út bók á ensku sem ég nefndi *The Seven Human Needs*. Bókin er byggð á yfirgripsmikilli og hagnýtri heimspeki sem ég hef viðað að mér í gegnum tíðina. Þungamiðjan í henni byggir á þeirri hugmynd að það sé öllum nauðsynlegt að finna leiðir til að uppfylla hinar sjö mannlegu þarfir á jákvæðan og uppbyggilegan máta. Að baki þarfaskilgreiningunni er heimspeki og hugmyndafræði sem kemur úr ýmsum áttum. Þarfirnar byggja m.a. á hugmyndafræðinni um hinn gullna meðalveg eftir Platón og Aristóteles, á indversku kerfi orkustöðvanna, á þarfapýramýda Abrahams Maslow, á fjölgreindarkenningum Howard Gardner, á hinum sex tilfinningalegu þörfum Anthony Robbins og að hluta á heildrænni (integral) heimspeki rithöfundsins Ken Wilber í bland við mína eigin reynslu. Skemmst er frá því að segja að bókin hefur fengið góða dóma erlendis og jákvæðar viðtökur lesenda. Ég mæli að sjálfsögðu með lestri *The Seven Human Needs* fyrir þá sem vilja dýpka skilning sinn á þessari hugmyndafræði en í þessum kafla mun ég gera heiðarlega tilraun til að útskýra hugmyndir mínar á einfaldan og hnitmiðaðan máta.

Hinar sjö mannlegu þarfir eru:

1. Þörf fyrir öryggi.
2. Þörf fyrir spennu og sköpun.
3. Þörf fyrir einstaklingsstyrk og sjálfstraust.
4. Þörf fyrir kærleika og tengsl.
5. Þörf fyrir tjáningu og framlag.
6. Þörf fyrir visku og vöxt.
7. Þörf fyrir andlega tengingu og/eða tilgang.

Þarfirnar sjö koma fram í allri hegðun og hugsun. Þær birtast ýmist í líffræðilegu, hugarfarslegu og/eða samfélagslegu samhengi. Allir finna einhverjar leiðir til að fullnægja þessum þörfum og því er mikilvægt að skilja að þeim er hægt að fullnægja bæði á jákvæðan og neikvæðan máta, ýmist með því að gera of mikið eða of lítið.

Til dæmis má segja að ákveðni teljist kostur tengslum við þriðju þörfina fyrir einstaklingsstyrk og sjálfstraust. Of mikil ákveðni getur hins vegar breyst í frekju, hroka og yfirgang. Á móti getur of lítil ákveðni birst sem minnimáttarkennd eða undirlægjuháttur. Innan hverrar þarfar er því mikilvægt að finna jafnvægi, þ.e.a.s. jákvæða og uppbyggilega leið til að fullnægja þörfinni.

Aðalatriðið felst þó í því að finna *jafnvægi* á milli þarfa. Ekki dugar að vera fjárhagslega öruggur spennufíkill ef manni helst illa í samböndum og hefur ekki lesið bók eða leitað andlegrar tengingar í fjöldamörg ár. Að sama skapi býr það til ójafnvægi þegar að einhver hugleiðir bara og les heimspeki en sinnir hvorki sínum fjárhagslega grunni né byggir upp einstaklingsstyrk og sjálfstraust. Skortur á jafnvægi milli þarfa getur skapað eirðarleysi, tómleika, spennu og kvíða, nánar tiltekið óhamingju af öllum gerðum.

Allar þarfirnar eru jafnmikilvægar. Jafnvel þótt kærleikur, tjáning, viska og andleg tenging teljist til æðri mannlegri eiginleika þá virðist ójafnvægi í fyrstu þremur þörfunum hafa fellt marga presta, stjórnmálamenn, viðskiptajöfra og andlega meistara af stöllum sínum í gegnum tíðina, þ.e. í tengslum við peninga, kynlíf og völd. Sterkur grunnur er því alveg jafnmikilvægur og hinar svokölluðu æðri þarfir.

Jafnvægi skapar frið, hugarró og hamingju, allt það sem mannfólkið þráir og leitar eftir. Jafnvægi vísar veginn. Til að útskýra betur langar mig að biðja þig um að ímynda þér eftirfarandi sirkusatriði. Listamaðurinn sérhæfir sig í því að snúa diskum ofan á löngum stöngum. Hann byrjar með einn disk og einbeitir sér algjörlega að því að koma honum í jafnvægi. Þegar að hann er sáttur með niðurstöðuna tekur hann upp aðra stöng og annan disk og einbeitir sér að því að snúa disknum þangað til að hann heldur jafnvægi ofan á stönginni. Því næst stígur hann til baka of fær yfirsýn yfir fyrstu tvo. Ef hvorugur þeirra þarf athygli byrjar hann á þeim þriðja. Einbeitingin er algjör. Þegar að þriðji diskurinn er kominn í jafnvægi stígur hann aftur út. Nú þarf fyrsti diskurinn smá athygli. Hann stígur inn algjörlega einbeittur og kemur honum aftur í jafnvægi. Þannig heldur atriðið áfram, stöðug skipting milli yfirsýnar og algjörrar einbeitingar.

Ef listamaðurinn einbeitir sér of lengi að einum diski án þess að sinna öðrum, þá dettur einhver þeirra. Ef hann gleymir sér of lengi í yfirsýninni gerist slíkt hið sama. Þessi stöðuga skipting milli algjörrar einbeitingar og yfirsýnar gefur okkur góða mynd af því hvernig líf manneskju getur litið út ef hún ákveður að sinna öllum þörfunum. Munurinn er bara sá að hún þarf aðeins að sinna sjö þörfum (diskum) og halda þeim í jafnvægi, á meðan að sirkuslistamanninum er borgað fyrir að reyna stöðugt við fleiri diska. Manneskja sem ákveður að sinna öllum sjö þörfunum skilur einnig að þessi stöðuga skipting milli yfirsýnar og einbeitingar er lífstíðarverkefni þar sem ekkert virðist halda jafnvægi af sjálfsdáðum mjög lengi.

Ójafnvægi getur átt sér margar birtingarmyndir, t.d. er hægt að sinna einni þörf á kostnað annarrar, gleyma sér of lengi í algjörri einbeitingu og gleyma þannig yfirsýninni eða verða svo hugfanginn af heildarmyndinni og hugmyndafræðinni að einstakar þarfir fá ekki þá einbeitingu og athygli sem þær þurfa á að halda.

Hvernig birtast þarfirnar í daglegu lífi?

Öll trúarbrögð, listgreinar og vísindi eru greinar af sama tré. Allar þessar tilraunir beinast að því að efla mannkynið á einhvern hátt, að lyfta því upp af hinu takmarkaða efnislega sviði og leiða einstaklinga þannig í átt að frelsi.
- Albert Einstein

Hér á eftir fylgir stutt lýsing á því hvernig hver og ein þörf getur birst í daglegu lífi. Í lok hverrar lýsingar má síðan finna tillögur eða ráð um það hvað er hægt að gera til að uppfylla þörfina á jákvæðan og uppbyggilegan máta.

1. Þörf fyrir öryggi

Fyrr á öldum birtist þörfin fyrir öryggi aðallega í gegnum þörf fyrir mat, fatnað og húsaskjól, þ.e. þörfina fyrir að lifa af. Segja má að öll samfélög hafi fyrst og fremst verið stofnuð í kringum þörfina fyrir öryggi. Fólk er öruggara ef það stendur saman heldur en ef það er sundrað. Í dag birtist þörfin aðallega sem þörf fyrir fjárhagslegt öryggi, góða heilsu og heilbrigða félagslega stöðu. Peningar eru nauðsynlegur þáttur í daglegu lífi, enda táknrænir fyrir mat, húsaskjól og fatnað. Hvort sem okkur líkar það betur eða verr þá er mikilvægt að hugsa vel um peningana sína.

En engu máli skiptir hins vegar hversu mikla peninga manneskja á ef hún fer að missa heilsuna því þá er hún yfirleitt tilbúinn að fórna þeim öllum og rúmlega það til að endurheimta hana.

Til að verða fjárhagslega frjáls er aðeins til ein formúla: Eyddu minna en þú aflar og sparaðu eða fjárfestu fyrir mismuninn. Þú getur lesið fjöldann allan af bókum og farið á mismunandi námskeið um fjármálastjórnun. Þetta er það sem allir kenna. Eini munurinn á námskeiðunum felst í mismunandi aðferðum til að spara, fjárfesta eða borga niður skuldir.

Til að viðhalda góðri heilsu er mikilvægt að hugsa til lengri tíma. Sá sem hefur ekki tíma fyrir heilsuna í dag, hefur ekki heilsu fyrir tímann á morgun. Fimm mikilvægustu atriðin til að hafa í huga þegar að heilsuefling er annars vegar eru líkamsæfingar, öndunaræfingar, slökun, mataræði og jákvætt hugarfar. Ef þú kemur þessum fimm þáttum í jafnvægi í þínu lífi muntu njóta góðrar heilsu.

Skapaðu þér öryggistilfinningu á sem flestum sviðum en ekki fórna öðrum þörfum fyrir öryggið. Mörg dæmi eru um fólk sem heldur áfram í starfi sem veitir því enga ánægju aðeins til að viðhalda öryggistilfinningu í lífinu. Í samfélagi nútímans er lítil þörf á slíkri fórn. Að sama skapi á fólk það til að halda áfram í ástlausu sambandi einungis til að finna fyrir öryggi. Öryggisþörfin er grunnþörf, en það þýðir ekki að aðrar þarfir þurfi að víkja fyrir henni. Slík hegðun skapar ójafnvægi sem getur á endanum leitt til þess óöryggis sem verið er að forðast.

Breytingar eru óumflýjanlegar. Gerðu þér grein fyrir að hið eina örugga í heiminum eru breytingar. Allt breytist. Þú getur unnið að því að byggja upp öryggi en þjálfaðu einnig upp sveigjanleika og æðruleysi. Öryggi er fyrst og fremst tilfinning sem stjórnast af hugsunum þínum.

2. *Þörf fyrir spennu og sköpun*

Heilbrigt líf krefst þess að það sé spennandi, skemmtilegt, áhugavert og skapandi. Á sama tíma og mannfólk þráir öryggi, þráir það einnig spennu. Mótsögnin felur í sér áhugaverða áskorun. Hvernig er hægt að sinna spennuþörfinni án þess að fórna öryggginu?

Því miður er þessari þörf oft sinnt í ökkla eða eyra. Vegna uppeldis eða trúarkenninga hafa margir bælt þörfina niður og telja alla skynfæraörvun vera frá djöflinum komna. Ef þörfin er bæld niður þá mun hún finna sér ófagrar útgönguleiðir. Á hinn bóginn eru til þeir sem hafa fengið nóg af því að bæla þörfina og sleppa þar af leiðandi fram af sér beislinu og lifa í taumlausri skynfæraörvun áfengis, eiturlyfja, kynlífs, matar og svo mætti lengi telja. Báðir nálganir leiða af sér ójafnvægi.

Áskorunin felst í því að finna þörfinni jákvæðan og uppbyggilegan farveg. Öll börn kunna t.d. að gera lífið spennandi en með árunum á fólk það oft til að verða of „fullorðið" (þ.e. alvarlegt) og hættir að kunna að hafa gaman án þess að hafa ástæðu til þess.

Þörfin fyrir sköpun er einnig augljós, sérstaklega í fari barna, en einhverra hluta vegna skiptist fólk síðan í tvo hópa eftir því sem það eldist, þ.e. listamenn og þá sem þykjast ekki hafa þörf fyrir að skapa.

Þörfin fyrir spennu og sköpun hverfur hins vegar ekki með aldrinum. Fólk getur haft mismiklar tilhneigingar í þessa átt en allir hafa einhvern snert af þessari þörf sem er nauðsynlegt að fullnægja.

Gott er að skilgreina spennuþörf sína og setja sér markmið um að koma þörfinni í jákvæðan farveg. Íhugaðu hvort það sé nóg fyrir þig að fara annað slagið í bíó og út að borða eða þarftu að stunda mótorkross, fallhlíðarstökk eða aðrar jaðaríþróttir? Fjölbreytni er lykilorð í þessu samhengi. Því fyrr sem þú kemur þörfinni í jákvæðan farveg, því minni líkur eru á því að þú sveiflist öfganna á milli eða missir þörfina í neikvæðan farveg.

Allir hafa þörf fyrir að vera skapandi. Hvort sem þér þykir gaman að syngja, mála, vinna handavinnu, skapa í eldhúsinu eða á öðrum sviðum, gerðu þá það sem þér þykir gaman að gera. Ekki hafa áhyggjur af því hvort að þú getir lifað af listsköpun þinni eða ekki. Njóttu þess bara að skapa.

Kynlíf er nátengt spennu- og sköpunarþörfinni, enda er það bæði skapandi og spennandi. Mikilvægt er að finna kynlífsþörfinni einnig jákvæðan farveg í samráði við maka, kærasta eða hjásvæfu. Fólk hefur oft á tíðum ólíkar þarfir á þessum sviði. Kynlíf er hins vegar hið eina sem aðskilur ástarsamband frá vinasambandi og því er mikilvægt að sinna þessu sviði. Kynlíf getur verið falleg athöfn milli tveggja einstaklinga eða dýrsleg fróun einnar manneskju á annarri. Opinská umræða er nauðsynleg á þessu sviði. Hvernig sem á það er litið þá er ósamræmi milli hjóna á sviði kynlífsins oftar en ekki ástæða til sambandsslita.

Barnslegir eiginleikar mega njóta sín. Undrun, spenna, hrekkir og skemmtilegheit án ástæðu eru allt barnslegir eiginleikar sem mega halda áfram að njóta sín löngu eftir að barnsskónum er slitið. Með því að nálgast lífið með viðhorfi barnslegrar undrunar og gleði getur hver dagur orðið að ævintýri.

3. Þörf fyrir einstaklingsstyrk og sjálfstraust

Allur þriðji kafli þessar bókar fjallar um leiðir til að efla sjálfstraust og því er þessi mikilvæga þörf útskýrð á mjög hnitmiðaðan máta hér. Óheilbrigð útrás á þessari þörf birtist t.d. í valdabaráttu, sjálfhverfu, hroka og yfirgangi. Ef þörfin er niðurbæld þá mun fólk læðast meðfram veggjum og afsaka sig fyrir það pláss sem það tekur á jörðinni. En sannleikurinn er sá að hver og einn einstaklingur má taka pláss á þessari jörð. Hann má anda að sér súrefni. Hann má vera sá sem hann er. Í raun má segja að það sé skylda einstaklingsins að draga fram hæfileika sína og þjálfa þá til fullnustu.

Þeir sem afhjúpa styrkleika sína í lífinu ná frekar að blómstra og njóta lífsins til fullnustu. Spurningar sem geta hjálpað þér við slíka afhjúpun eru: Hvað finnst mér skemmtilegast að gera? Hvað myndi ég gera við tíma minn ef ég þyrfti aldrei aftur að hafa áhyggjur af peningum? Hvað er ég að gera þegar að ég gleymi stað og stund? Þeir sem finna styrkleika sína geta hafist handa við að meitla þá, efla og styrkja á allan hátt. Körfuboltaþjálfarinn John Wooden heldur því fram að tilgangi lífsins sé þjónað í gegnum þá hugarró sem maður upplifir við að vera besta útgáfan af sjálfum sér.

Veldu vini þína. Mundu að maðurinn verður meðaltalið af þeim fimm manneskjum sem hann umgengst mest. Fljótlegasta leiðin til að verði betri við iðkun íþróttar er að spila við einhvern sem er betri en maður sjálfur. Veldu þér vini með það í huga hvað þið getið kennt hverjum öðrum.

Lestu þriðja kafla bókarinnar aftur og aftur þangað til aðferðirnar sem eru kenndar í honum verða þér eiginlegar, hluti af því hver þú ert. Þú átt skilið að njóta sjálfstrausts.

4. *Þörf fyrir kærleika og tengsl*

Segja má að fjórða þörfin sé öxullinn sem allar aðrar þarfir snúast um. Ein af mínum uppáhaldsbókum ber titilinn Um hjartað liggur leið eftir búddamunkinn og sálfræðinginn Jack Kornfield. Í henni segir að ein algengasta spurningin sem hrekkur af vörum fólks á dánarbeðinu sé: „Elskaði ég vel?" Allt okkar líf frá fæðingu snýst um ást. Rannsóknir hafa t.d. sýnt að umhyggja sé lífsnauðsynleg börnum og í raun má segja að margir verji fullorðinsárum sínum í leit að hinni óskilyrtu móðurást sem flestar heilbrigðar mæður veita börnum sínum fyrstu ár ævinnar.

En meðan á leitinni stendur er ást því miður oft misskilin og litið á hana sem einskonar skiptimarkað þar að þú verður að gefa mér til að ég gefi þér. Vegna þess hversu erfið þessi leit að ást getur verið eru margir sem sætta sig við tengsl í stað ástar. Blanda af öryggisleysi, litlu sjálfstrausti og mikilli þörf fyrir tengsl breytist í mörgum tilfellum í meðvirkni, þ.e. tilfinningu sem segir að manneskja sé ekki nógu góð og þurfi þess vegna á stöðugri viðurkenningu að halda frá umhverfi sínu.

Hvergi á lífsleiðinni er fólki kennt að elska þó að sá hæfileiki sé ekki síður áunnin en jákvæðni og sjálfstraust. Oft fer eina kennslan fram í gegnum foreldra, jafnaldra, popplög, sápuóperur eða ástarsambönd leikara. Óheilbrigð ást segir: „Ég get ekki lifað án þín.“ Heilbrigð ást segir: „Ég get lifað án þín, en lífið er bara svo miklu betra með þér.“

Svo virðist sem sambönd virki eins og magnarar. Manneskja finnur fyrir meiri gleði þegar hún er í tengslum við aðra manneskju heldur en þegar að hún er í einrúmi. Fólk kemur saman til að gleðjast eða syrgja, fagna eða mótmæla, elska eða hatast.

Tvær manneskjur sem hefja samband í mikilli vanlíðan munu því mjög líklega finna fyrir meiri vanlíðan saman en þau fundu sitt í hvoru lagi. Sambandið magnar upp ástand sem var þegar til staðar.

Með það í huga er líklega mikilvægast að læra að elska sjálfan sig áður en farið er inn í samband við aðra manneskju. Allar bækur um ást sem eru einhvers virði leggja fram þessa tillögu. Elskaðu sjálfa/n þig fyrst, þá geturðu elskað aðra. Hugmyndin er ótrúlega rökrétt. Ef þú ætlar t.d. að gefa peninga þá þarftu að eiga peninga. Getur ekki hið sama átt við ef þú ætlar að gefa ást? Því nánar sem ég skoða málið því betur sé ég að kærleikurinn er mikilvægasta en jafnfram misskildasta afl heimsins. Góður nemandi lífsins mun leggja mikið á sig til að fræðast um kærleikann, efla hann innra með sér og deila kærleikanum með öðrum.

Elskaðu sjálfa/n þig. Einföld byrjun getur falist í því að standa fyrir framan spegil á hverjum morgni og segja: „Ég elska sjálfa/n mig eins og ég er.“ Góðar bækur á íslensku um efnið eru t.d. *Listin að elska* eftir Erich Fromm, *Fyrirgefningin* eftir Gerald Jampolsky, *Hámarks árangur* eftir Brian Tracy, *Lífsreglurnar fjórar* eftir Don

Miguel Ruiz, *Elskaðu sjálfan þig* eftir Wayne Dyer og *Leggðu rækt við ástina* eftir Önnu Valdimars.

Þjálfaðu upp næmni fyrir öðrum. Tilfinningalegur þroski kemur fram í þróun úr óheftri sjálfhverfu yfir í umburðarlyndi og kærleika til handa fleiri einstaklingum. Sterkt sjálfstraust í bland við næmni, umburðarlyndi og þolinmæði sýnir þroska á tilfinningasviðinu.

Ræktaðu sambönd þín við aðra. Auðveldar leiðir til að rækta sambönd felast meðal í því að verja meiri tíma með þeim sem manni þykir vænt um, eiga við þá jákvæð og heiðarleg samskipti, sýna þeim virðingu og segja þeim reglulega hversu mikils virði þeir eru.

Í bók sinni *True Love* kennir búddamunkurinn Thich Nhat Hahn fjórar einfaldar setningar sem geta hjálpað fólki að rækta sambönd sín við aðra. Hann leggur áherslu á að sá sem ætlar að nota þessar setningar andi fyrst djúpt, slaki á og sé algjörlega til staðar. Ég get með sanni sagt að þessar fjórar einföldu setningar geta haft áhrif til hins betra ef þær eru notaðar í heiðarleika og einlægni. Setningarnar úr *True Love* eru:

Ég er til staðar fyrir þig.
Takk fyrir að vera til staðar fyrir mig.
Ég finn að þér líður illa, ég er hér fyrir þig.
Hjálp, mér líður illa.

Fyrirgefðu sjálfum þér og öðrum. Í öðrum kafla ræddi ég stuttlega um mikilvægi fyrirgefningar. Fyrirgefning er forsenda mannlegs þroska, forsenda þess að einstaklingar geti orðið hæfir til að elska sjálfa sig og aðra. Fyrirgefning snýst um að hætta að óska sér eftir betri fortíð. Fyrirgefning er ekki það sama og samþykki. Fyrirgefning jafngildir innri friði og hugarró. Mahatma Gandhi sagði það svona: „Hinir veiku geta aldrei fyrirgefið. Fyrirgefning er eiginleiki hinna sterku." Í því samhengi getur verið mikilvægt að efla sjálfstraust til þess að geta fyrirgefið. Því sterkari sem þú verður, því auðveldara áttu með að fyrirgefa.

5. Þörf fyrir tjáningu og framlag

Mannkynið hefur komið sér upp flóknustu tjáningarformum jarðarinnar. Til þess að eiga samskipti við aðra og geta tjáð hugsanir sínar, tilfinningar og sköpunargáfu, getur mannfólkið valið úr fjölda tungumála, mörgum tegundum af listsköpun, blindraletri, táknmáli og svo mætti lengi telja. Miðað við öll hin ólíku tjáningarform hlýtur það þó að þykja grátbroslegt að misskilningur sé enn algengasti skilningurinn, meira að segja hjá fólki sem talar sama tungumálið. Hversu oft hefurðu t.d. átt samtal á þessum nótum: „Ó, varstu að meina það. Ég hélt þú værir að meina hitt."

Í rannsókn sem Leo Buscaglia gerði á yfir eittþúsund einstaklingum sem höfðu verið í hjónabandi eða ástarsambandi við aðra manneskju í fimmtán til tuttugu ár eða lengur, kom í ljós að góð samskipti voru efst á lista yfir eiginleika sem fólk taldi mikilvæga til að viðhalda langtímasambandi. Á sviði tjáningar er þjálfun geysilega mikilvæg. Buscaglia nefnir sem dæmi að marga tilfinningalega kvilla sem hrjá fullorðna megi rekja til bældrar tjáningar.

Til þess að geta lifað í samfélagi við aðra er mikilvægt að þjálfa þau form tjáningar sem eru mest notuð, t.d. tjáningu á almannafæri og tjáningu undir fjögur augu.

Æðsta form tjáningar felst í framlagi. Þegar að fólk gefur af sér til annarra er það að sýna hugsanir sínar og tilfinningar í verki. Fólk er að tjá öðrum gildi sín með framlagi. Boxarinn Muhammad Ali tjáði það svona: „Þjónusta við aðra er leigan sem þú borgar fyrir herbergið þitt hér á jörðinni."

Lærðu að tjá þig opinberlega. Einn mesti ótti sem hrjáir fólk almennt er óttinn við opinbera tjáningu. Þú þarft ekki að vilja verða afbragðs sölumaður, kennari eða fyrirlesari til að fara á námskeið um þetta efni. Margir af þeim sem koma á námskeiðið mitt Þú getur staðið upp og talað gera það í þeim tilgangi að geta haldið tækifærisræður í afmælum, brúðkaupum, jarðaförum eða til að geta tjáð sig betur á starfsmannafundum, borgarafundum með ráðamönnum eða annars staðar þar sem tjáningar er þörf. Hægt er að fara á námskeið hjá Dale Carnegie, JC, ITC, Lions og mörgum fleiri á þessu sviði. Leiklistarnámskeið fyrir byrjendur eða einkatímar í söng gætu líka gagnast þeim sem vilja þjálfa upp tjáningarhæfni sína. Eftir margra ára reynslu á sviði opinberrar tjáningar, jafnt í gegnum fyrirlestra mína, námskeið, útvarpsþætti og sjónvarpsþætti, get ég með sanni sagt að óttinn við opinbera tjáningu er verulega ofmetinn.

Þjálfaðu upp tjáningarhæfileika þína undir fjögur augu. Brian Tracy leggur til reglu í allri tjáningu undir fjögur augu. Hann segir: „Þú ert með tvö eyru og einn munn. Notaðu þessi skynfæri í réttu hlutfalli og hlustaðu helmingi meira en þú talar."

Einnig er mikilvægt að fullvissa sig um að maður hafi verið skilinn af þeim sem er að hlusta. Ein leið til að komast að því er að spyrja spurninga, t.d.: „Hvernig skildir þú það sem ég var að segja?" Þú berð bæði ábyrgð á því að skilja aðra og vera skiljanleg/ur í samskiptum þínum við aðra.

Prófaðu þig áfram með aðrar leiðir tjáningar. Þú getur gert það með því að læra nýtt tungumál, syngja, mála eða skrifa bók. Hvatningarþjálfarinn Zig Ziglar gefur þetta ráð: „Skrifaðu bókina sem þú ert með í huga. Ekki endilega til að gefa hana út, heldur vegna þess sem þú lærir um sjálfa/n þig í ferlinu." Ég get ekki verið meira sammála. Bókarritun krefur höfundinn um sjálfsskoðun sem erfitt er að ná fram með öðrum hætti.

Finndu leiðir til að gefa af þér. Ef þér finnst þú ekki vera aflögufær eftir að hafa borgað skattana þína til samfélagsins skaltu ekki hafa áhyggjur. Framlag byggist á löngun en ekki skyldu. Ef þér finnst þú vera knúin/n til athafna skaltu ekki hangsa. Finndu þér verðugt málefni sem þú getur stutt með peningum tíma, hugmyndum, tíma eða orku. Móðir Teresa sagði að ein birtingarmynd kærleikans væri fólginn í því að breyta sér í sóp og hreinsa til í kringum aðra sem minna mega sín.

6. Þörf fyrir visku og vöxt

Í okkar samfélagi í dag hefur gripið um sig símenntunaræði. Meira og minna allir eru í námi. Háskólum hefur fjölgað, símenntunarleiðir eru óteljandi og námskeiðaframboð hefur aldrei verið meira. Þörfin fyrir visku og vöxt fær virkilega að blómstra. Allir keyra áfram undir slagorðinu: „Menntun er máttur."

Ég er mjög hlynntur menntun af öllu tagi en fólk verður að gera sér grein fyrir því að menntun er aðeins mögulegur máttur. Menntun verður aðeins máttug þegar að hún er notuð. Formúlan er svona: Þekking + Reynsla = Viska. Swami Sivananda útskýrði það viturlega þegar hann sagði: „Eitt gramm af ástundun er á við mörg tonn af heimspeki."

Við notum ekki nema brot af eiginleikum heilans og því er líklegt að allar tegundir náms muni halda áfram að eflast og að framboðið muni aukast á komandi árum. Undir slíkum kringumstæðum er mikilvægt að temja sér dómgreind og leggja mesta áherslu á að læra það sem maður getur notað.

Temdu þér hugarfar nemandans. Nemandi er íhugull og spyr gagnrýnna spurninga, en hann er einnig opinn og móttækilegur, tilbúinn að skoða sama málið frá mörgum ólíkum sjónarhornum og prófa sig áfram. Nemandi notar helst aldrei orðin ég veit ef hann er ekki að nota það sem verið er að kenna honum. Þess í stað hugsar hann: „Fyrst að ég er ekki að nota þetta hef ég líklega gott af því að heyra það aftur."

Nemandinn þekkir öll ferli lærdóms og gerir sér grein fyrir því að meistarar verða einungis til í gegnum stöðuga þjálfun og endurtekningu.

Lestu meira. Sagnfræðingurinn Thomas Carlyle sagði: „Það sem verður úr okkur byggist á því sem við gerum eftir að prófessorarnir hafa sleppt taki á okkur. Mesti háskólinn er bókasafnið okkar."

Fyrirlesarinn Jim Rohn setur fram áhugaverða spurningu á námskeiðum sínum. Hann segir: „Vissuð þið að öll heimili sem kosta meira en tvær milljónir dollara eru með bóksafni? Hvort ætli komi nú fyrst, húsið eða bókasafnið?"

Segja má að ég hafi ekki byrjað að lesa fyrir alvöru fyrr en ég hætti að reykja árið 1997. Ég byrjaði að lesa eina bók á mánuði, fljótlega urðu þær tvær. Síðastliðin ár hef ég lesið að meðaltali eina bók á viku. Í byrjun árs 2007 fór ég á hraðlestrarnámskeið (sem ég mæli eindregið með) og les nú að meðaltali tvær til þrjár bækur á viku. Líkt og þú hefur væntanlega séð á síðum þessarar bókar hefur lesturinn gjörbreytt lífi mínu.

Hvaða bækur á maður að lesa? Ekki bara jákvæðar sjálfshjálparbækur eins og þessa þótt þær séu góðra gjalda verðar. Það er líka mikilvægt að lesa efni eins sem krefst meiri íhugunar og t.d. heimspeki, mannkynssögu, fjármálafræði, líffræði, sálfræði og svo mætti lengi telja. Ég hef haft það fyrir sið að grípa nöfn á bókum og höfundum sem mælt er með á öllum námskeiðum sem ég hef sótt. Síðan hef ég lesið þá höfunda og í framhaldi bækur eftir aðra höfunda sem þeir mæla með o.s.frv. Þannig hefur bókasafnið mitt þróast síðastliðin ár.

Hlustaðu á bækur og námskeið. Þetta á sérstaklega við í bílnum þínum, en getur einnig verið gott þegar að þú æfir þig eða þrífur. Fyrir tíu árum síðan hóf ég þessa iðju og nú má segja að ég hlusti mjög sjaldan á útvarpið. Ég hlusta á tónlist við aðrar kringumstæður, t.d. þegar að ég er að skrifa eða skemmta mér, en þegar að ég er í bílnum mínum eða úti að ganga, þá er ég að sinna náminu mínu. Að því leyti er ég eilífðarnemandi. Fólk gerir sér enga grein fyrir því hvað það ver miklum tíma í bílnum sínum fyrr en það fer að nota tímann á þennan uppbyggilega máta.

Hægt er að nálgast hljóðbækur og námskeið um nánast hvað sem er. Það besta við þennan vana er að margar hugmyndirnar er hægt að nota strax og maður er búinn að hlusta á þær. T.d. hlusta ég alltaf á námskeið þegar ég er á leiðinni að halda fyrirlestra og nota oft sögur sem ég er nýbúinn að heyra þegar á fyrirlestrana er komið. Einnig hef ég oft notað samskiptatækni sem ég hef verið að læra um í bílnum þegar að heim er komið. Ég get ekki ímyndað mér líf án lærdóms í bílnum. Slík iðja er örvandi og gefandi á allan máta.

Farðu á námskeið eða í nám. Ég sæki að meðaltali þrjú til fjögur námskeið árlega. Námskeið eru hrein viðbót við lesturinn og hljóðbækurnar. Maður græðir ótrúlega mikið á því að vera í nánd við kennarann, eiga við hann samskipti og hitta fólk sem er á sömu bylgjulengd og maður sjálfur.

Notaðu það sem þú lærir. Líkt og ég benti á fyrr í þessari umfjöllun er menntun allt því verðlaus nema að hún leiði til framkvæmda, skilnings, jákvæðara lífsviðhorfs eða bættra lífskjara á einhverju sviði lífsins. Því fyrr sem þú kemur hugmyndunum í framkvæmd, því betra.

7. Þörf fyrir andlega tengingu og/eða tilgang

Allar tilraunir mannsins til að þekkja sjálfan sig byggjast á þessari þörf. Hver er ég? Hvaðan kom ég? Hvert fer ég? Hver er tilgangur lífsins? Þessum spurningum verður kannski aldrei svarað en það þýðir ekki að við eigum að snúa baki við þeim. Í kringum leit mannsins að tilgangi hafa verið stofnuð ótal trúarbrögð og heimspekikenningar. Jafnvel þótt við vitum meira um starfsemi heimsins í dag en við gerðum þegar að margar af þeim kenningum litu dagsins ljós erum við litlu nær því að skilja hvað afl býr að baki sköpuninni. Við getum ekki horft á stjörnubjartann himinn og sagt ég skil. Né heldur getum við tekið upp lúkufylli af sandkornum á ströndinni vitandi að engin tvö sandkorn eru eins og sagt ég skil. Stóru spurningum lífsins er enn ósvarað. Fræðimaðurinn Joseph Campell bendir á að við getum aldrei skilið heiminn og þess vegna ættum við kannski að einbeita okkur að því að upplifa hann og skilja okkur sjálf í samhengi við umhverfið. Jógameistarinn Ramana Maharishi spurði: „Til hvers að reyna að þekkja guð ef maður þekkir ekki einu sinni sjálfan sig?"

Uppgötvanir í eðlisfræði síðustu hundrað árin hafa þó gefið nýjar vísbendingar um eðli heimsins sem samræmast gömlum austurlenskum fræðum að miklu leyti. Skilningur Einsteins á því að allt efni er orka ýtir undir þá hugmynd að öll sköpunin sé tengd, hluti af sama orkuhafinu. Ef við erum dropar í orkuhafi, er þá ekki viturlegt að kynnast dropanum og sjá úr hverju hann er gerður? Kannski er hægt að fræðast um eðli hafins með þeim hætti?

Þannig tengist hugleiðsla þörfinni fyrir andlega tengingu. Hugleiðsla er aðferð sem einstaklingurinn notar til að upplifa og þekkja sjálfan sig. Eina tillagan í þessum hluta snýst um að læra að hugleiða og því mun ég ekki orðlengja hér þar sem fimmti kafli fjallar fyrst og fremst um þá iðju.

Ég skil vel að einstaklingar sem ekki hafa náð tökum á fjármálum sínum, heilsu, sjálfstrausti og tilfinningalegum samböndum sjái sér lítinn hag í því að skoða tilgang lífsins, en kannski er það einmitt það sem þá vantar til að gefa lífinu fyllingu og tilgang. Þörfin fyrir andlega tengingu er kórónan í kerfi hinna sjö mannlegu þarfa. Spurningin er þessi: „Ertu manneskja að eiga andlega upplifun eða ertu andleg vera að eiga mannlega upplifun?" Ef þú leitar svara mun það breyta lífi þínu.

Að nota hinar sjö mannlegu þarfir

Skilningur minn á hinum sjö mannlegu þörfum eykst með hverjum deginum sem líður. Fyrsta skrefið fyrir þá sem vilja lifa í samræmi við skilning sinn á þörfunum felst í því að fá yfirsýn, sjá nákvæmlega hvernig ástandið er og byrja síðan að vinna út frá því.

Fyrsta skrefið krefst algjörs heiðarleika. Mikilvægt er að sjá hlutina eins og þeir eru, hvorki verri né betri, bara eins og þeir eru. Prófaðu að gefa þér einkunn á skalanum 0-10 í tengslum við það hversu vel þú ert að uppfylla hverja þörf fyrir sig. Að koma þörfunum í jafnvægi er lífstíðarverkefni og þess vegna er gott að nálgast það þannig. Athyglin skiptist stöðugt á milli þess að hafa yfirsýn og einbeita sér algjörlega að einni þörf.

Þegar að fram líða stundir og lífið kemst í betra jafnvægi er hægt að nota skilning sinn á þörfunum sjö í tengslum við margt annað. Gott getur verið að skoða ástarsambönd út frá þörfunum, sjá hvar samböndin eru í jafnvægi og hvar frekari vinna þarf að eiga sér stað. Einnig er viturlegt að skoða barnauppeldi út frá þörfunum. Hægt er að finna leiðir til að sinna öllum þörfum barna í gegnum uppeldið og kenna þeim á sama tíma að sinna þörfunum í eigin lífi. Að auki er hægt að skoða þarfirnar út frá viðskiptum, pólitík, samfélagsuppbyggingu og svo mætti lengi telja. Þessar sjö þarfir láta alls staðar á sér kræla. Ég vil minna á að það sem ég hef lagt mig fram við að útskýra á örfáum síðum í þessari bók er útskýrt nánar í bókinni *The Seven Human Needs*.

Eftir að hafa lesið um hinar sjö mannlegu þarfir getur verið áhugavert að draga fram markmiðalistann sem þú bjóst til í lok þriðja kafla og bera hann saman við þarfirnar sjö. Ertu að uppfylla allar þínar þarfir í gegnum markmiðasetninguna? Ef ekki, þá getur ágæt viðbót við markmiðaæfinguna í þriðja kafla falist í því að svara eftirtöldum spurningum.

Markmiðaspurningar í tengslum við hinar sjö mannlegu þarfir:

1) Hvað get ég gert til að efla öryggi mitt á öllum sviðum lífsins?
2) Hvað get ég gert til að gera líf mitt meira spennandi, skemmtilegt, áhugavert og skapandi?
3) Hvað get ég gert til að efla sjálfstraust mitt og einstaklingsstyrk?
4) Hvað get ég gert til að byggja upp kærleika og styrkja tengsl mín við annað fólk?
5) Hvað get ég gert til að styrkja tjáningu mína á öllum sviðum?
6) Hvað get ég gert til að efla mig vitsmunalega og koma meiru af því sem ég veit og get í framkvæmd?
7) Hvað get ég gert til að styrkja/finna mína andlegu tengingu og upplifa tilgang lífsins?

Markmiðin sem verða til sem svör við þessum spurningum má vinna á sama hátt og gert var í lok þriðja kafla. Mundu að markmiðasetning snýst að hluta til um sveigjanleika og flæði. Um leið og þú eflist, styrkist eða færð nýjar upplýsingar, geturðu breytt markmiðum þínum til samræmis.

Samantekt úr fjórða kafla

Innsýn í hinar sjö mannlegu þarfir auðveldar fólki að finna jafnvægi í lífinu. Með því að lesa reglulega um þarfirnar og íhuga merkingu þeirra í lífi sem tekur stöðugum breytingum getur hver og einn fundið fleiri leiðir til að uppfylla þær.

Hinar sjö mannlegu þarfir eru:
1. Þörf fyrir öryggi.
2. Þörf fyrir spennu og sköpun.
3. Þörf fyrir einstaklingsstyrk og sjálfstraust.
4. Þörf fyrir kærleika og tengsl.
5. Þörf fyrir tjáningu og framlag.
6. Þörf fyrir visku og vöxt.
7. Þörf fyrir andlega tengingu og/eða tilgang.

Þegar unnið er að markmiðasetningu og tímastjórnun er viturlegt að hafa hinar sjö mannlegu þarfir til hliðsjónar til að hægt sé að gefa hverri þeirra nauðsynlegt vægi. Til að dýpka skilning á þörfunum er hægt að lesa *The Seven Human Needs*.

5.kafli - Hugleiðsla

Maðurinn segir, tíminn líður hjá. Tíminn segir, maðurinn líður hjá.
- Indverskt spakmæli

Á námskeiðum mínum í gegnum tíðina hefur fólk kvartað mikið undan flökti eða tvístrun hugans, þ.e.a.s. eirðarleysi, einbeitingarskorti, kvíða, ótta, pirringi o.s.frv. En hið svokallaða flökt er eðli hugans. Hugurinn er á sífelldu ferðalagi milli fortíðar, nútíðar og framtíðar. Hugleiðsla er leið til að *temja hugann.*

Allar þær aðferðir sem ég hef kennt til þessa í bókinni krefjast einbeitingar. Í samlíkingunni við tölvuna í fyrsta kafla kemur berlega í ljós að lyklaborðið, þ.e. einbeitingin eða athyglin, er það eina fólk getur mögulega náð stjórn á. Þegar að einhver ætlar að ná stjórn á hugsunum sínum án þess að þjálfa upp einbeitingu mun honum einfaldlega mistakast ætlunarverk sitt. Þannig má segja að allar aðferðirnar sem kenndar hafa verið í bókinni byggi á þeirri hæfni sem hugleiðslan hjálpar við að þjálfa. Án hugleiðslu mun stjórn hugans, aukin jákvæðni, efling á sjálfstrausti, meðvitund um hinar sjö mannlegu þarfir og streitustjórnun aðeins koma að takmörkuðu gagni. Með því að iðka hugleiðslu samhliða annarri aðferðarfræði sem kennd er í bókinni verður árangurinn margfaldur á við það sem hann væri annars.

Ef þú ætlar að spila fótbolta þarftu að kunna að sparka. Ef þú ætlar að nota stærðfræði þarftu að kunna að telja. Ef þú ætlar að lesa þarftu að kunna stafrófið. Að sama skapi er einbeiting undirstöðukunnátta í allri hugarfarsþjálfun. Ef þú ætlar að ná stjórn á huganum þarftu að kunna að hugleiða, þ.e. beina athygli þinni að einhverju einu og halda henni þar ótrufladri.

Hvað er hugleiðsla?

Hugleiðsla er hluti af andlegri aðferðafræði og er yfirleitt kynnt sem leið til sjálfsþekkingar. Besta leiðin til að útskýra hugleiðslu felst í því að tala um hana jafnt sem *ástundun* og *ástand*.

Ástundunin felst í aðferðarfræðinni. Þegar að fólk rökræðir mismunandi leiðir til hugleiðslu er það yfirleitt að rökræða aðferðafræðina. En eftir því sem ég kemst næst er aðferðafræðin við hugleiðslu alltaf sú sama, þ.e. iðkandinn situr kyrr með bakið beint, slakar á, einbeitir sér að einhverju einu og fellur síðan inn í hugleiðsluástandið. Hið eina sem er ólíkt milli aðferða er heimspekin sem verður til í kringum hugleiðsluaðferðirnar og það sem athyglin beinist að meðan á hugleiðsluiðkuninni stendur, t.d. hvort það er mantra, öndun, bæn o.s.frv. Fátt annað skilur hinar ólíku nálganir að.

Ástandið er hins vegar það sem ástundunin eða iðkunin kallar fram. Hinu eina sanna hugleiðsluástandi má líkja við djúpan draumlausan svefn vakandi. Hugleiðsluástandi er náð þegar hægt hefur verið nægilega mikið á starfsemi líkama og huga.

Í umræðu um ástand og ástundun má að einhverju leyti líkja hugleiðslu við svefn. Sú ástundun sem leiðir til svefns felst í því að leggjast niður, hægja á andadrættinum og loka augunum. Ástandinu er náð þegar að iðkandinn sofnar.

Hugleiðsla er oft kölluð fjórða ástandið í samanburði hin þrjú, þ.e. vökuástand, draumsvefn og draumlausan svefn. Rannsóknir hafa sýnt fram á að í hugleiðsluástandinu framleiðir heilinn nýja tegund af heilabylgjum, ólíka þeim sem hann framleiðir í vökuástandi, draumsvefni og draumlausum svefni. En hvers vegna er hugleiðsla skilgreind sem djúpur draumlaus svefn vakandi? Vegna þess að í djúpu hugleiðsluástandi upplifir iðkandinn nánast engar hugsanir. Hann upplifir eitthvað sem er handan hugsana, orða og skilgreininga. Hann upplifir hugleiðsluástandið. Erfiðleikarnir hefjast fyrir alvöru þegar að iðkandinn ætlar að útskýra það ástand fyrir annarri manneskju.

Hvernig er hægt að útskýra fyrir öðrum ástand sem er handan hugsana? Frammi fyrir þessu vandamáli hafa andlegir meistarar staðið í aldanna rás. Þeir hafa leyst það á sama hátt og sjáandi manneskja sem er beðinn um að lýsa regnboga fyrir manneskju sem hefur verið blind frá fæðingu. Blinda manneskjan veit ekki hvað sjón er og þess vegna reynir sjáandinn að líkja regnboganum við aðrar upplifanir sem blinda manneskjan getur tengt við, t.d. bogadregna lögun (snertiskyn), hljómfall (heyrn) eða bragð. Sjáandinn notar skynfæri sem enn starfa hjá blindu manneskjunni til þess að örva ímyndunarafl hennar. En þrátt fyrir ítrekaðar tilraunir sjáandans mun blinda manneskjan aldrei vita hvernig regnbogi lítur út. Hún mun aðeins geta gert sér það í hugarlund. Hún mun aðeins geta ímyndað sér það.

Að því leyti er hugleiðsluiðkandinn betur staddur. Hann getur útskýrt ástandið sem hann hefur upplifað fyrir öðrum með samlíkingum en á sama tíma hvatt þann sem á hann hlustar til að prófa. Í hugleiðslu geta hinir blindu fengið sýn ef svo má að orði komast. Algengar samlíkingar þeirra sem hafa upplifað hugleiðsluástandið eru ljós, friður, hrein vitund, sál, guð, kyrrð, svið ótakmarkaðra möguleika og svo mætti lengi telja. Hugleiðsluiðkandinn lýsir upplifun sinni iðulega með þeim hugmyndum og þeirri trú sem hann hefur tileinkað sér í gegnum tíðina. Þannig er t.d. mjög algengt að kristinn maður upplifi Jesú í hugleiðslu á meðan að búddisti upplifir Búdda. Til að forðast kreddur og trúarsetningar mun ég héðan í frá nota hugtakið hrein vitund í tengslum við hugleiðsluástandið.

Þegar upp er staðið er tiltölulega einfalt að útskýra hugleiðslu á mannamáli. Ástundunin felst í því að sitja kyrr með bakið beint, slaka á en halda meðvitund, einbeita sér að einhverju einföldu (möntru, orðum eða inn- og útöndun) og falla inn í ástand sem líkist djúpum draumlausum svefni, vakandi.

Margar samlíkingar má nota til að útskýra hina hreinu vitund eða hugleiðsluástandið betur. Hér nefni ég þrjár.

Augað í miðju stormsins. Stormurinn er táknrænn fyrir hugsanir okkar, tilfinningar og líkamlegu kenndir sem framkalla stöðugt eirðarleysi og flökt. Augað í miðju stormsins er stöðugleikinn eða hin hreina vitund sem hugleiðsluiðkandinn getur nálgast hvenær sem er til að draga sig út úr stormi lífsins.

Bíótjaldið. Bíómyndin er táknræn fyrir hugsanir okkar. Með því að hægja á myndasýningunni sést alltaf betur og betur í hið hvíta tjald sem er táknrænt fyrir hreina vitund. Hægt er að hugsa sér hvort tveggja að hægt sé á sýningunni og þess vegna sést í tjaldið eða að myndin verði sífellt minni þangað til hún verður að litlum punkti og þannig sjáist í tjaldið.

Djúpt stöðuvatn. Öldurnar eru táknrænar fyrir hugsanir. Til þess að sjá ofan í djúpið eða upplifa spegilmyndina, hina hreinu vitund, þarf að hægja á öldunum.

Í flestum tilfellum fellur sá sem iðkar hugleiðslu ekki inn í hugleiðsluástandið eða upplifir hina hreinu vitund í hvert skipti sem hann sest niður til að hugleiða. Með það í huga tala margir iðkendur um það að sitja saman í stað þess að tala um að hugleiða. Þeir flæða inn í ástandið og út úr því til skiptis meðan á setunni eða hugleiðsluiðkuninni stendur. Með tíð og tíma verður auðveldara að nálgast hina hreinu vitund og viðhalda hugleiðsluástandinu hlutfallslega lengur af þeim tíma sem fer í ástundunina.

Munurinn og á hugleiðslu og slökun er nokkuð einfaldur. Í hugleiðslu situr iðkandinn einbeittur og vakandi en í slökun liggur hann og sleppir taki á hugsunum sínum. Í hugleiðslu er lögð áhersla á athyglisþjálfun en í slökun gefur maður huganum lausan tauminn.

Hugleiðsluiðkun veitir alla sömu ávinninga og slökun (sjá upptalningu í öðrum kafla). Að auki eru ávinningar reglubundinnar hugleiðsluiðkunar m.a:

- aukin næmni fyrir líkamsástandi
- betri skilningur á tilfinningum og hugsunum
- aukin einbeiting
- skarpara innsæi
- verulega aukin líkamleg orka
- aukinn skilningur á eðli vitundarinnar
- ... og fleira.

Þeir sem hugleiða reglulega upplifa marga líkamlega, tilfinningalega og andlega ávinninga sem vert er að sækjast eftir.

Aftur vaknar spurningin sem ég spurði í lok fjórða kafla: „Er ég mannleg vera að eiga mér andlega upplifun eða er ég andleg vera að eiga mannlega upplifun?"

Hugleiðsluiðkendur síðustu ára og alda hafa svarað því og sagt: „Vitundin er raunveruleikinn. Vitundin er líkamsbúinn. Vitundin hugsar. Vitundin er ÉG."

En enginn þarf að trúa því að óskoðuðu máli. Aðeins í gegnum hugleiðsluiðkun getur efasemdarmaðurinn fengið staðfestingu. Með því að nota sinn eigin huga og líkama sem rannsóknarstofu og hugleiðsluiðkunina sem tilraun, getur hver og einn skorið úr um það hvað er „raunverulegt."

Einföld hugleiðsluaðferð

Aðferðin felst einfaldlega í því að sitja kyrr með bakið beint, slaka á og beina athyglinni að orðunum ÉG ER, ALLT ER í huganum í takt við inn- og útöndun. Engu máli skiptir hvort setið er í stól eða með krosslagða fætur á gólfinu, svo framarlega sem bakið er beint og staðan er þægileg. Suma daga muntu falla inn í hugleiðsluástandið án áreynslu, aðra daga mun eirðarleysi ráða för, hvort sem það er líkamlegt, tilfinningalegt eða andlegt. Hugleiðsluástundun er þjálfun. Mundu bara að það er eðli hugans að flökta líkt og kerti í vindinum. Sýndu huganum þolinmæði og umburðarlyndi. Þrautseigja er mikilvægur eiginleiki fyrir alla þá sem vilja gera hugleiðslu að hluta af sínu lífi. Hægt er að setjast niður til iðkunar hvenær sem er. Auðveldast er þó að byrja daginn á því að hugleiða eða enda hann þannig. Líkt og í tilfelli slökunar er nauðsynlegt að taka tímann frá og láta ekkert annað ganga fyrir.

Samantekt úr fimmta kafla

Hugleiðsla er bæði ástand og ástundun. Ástandið líkist meðvituðum djúpum draumlausum svefni. Til þess að ná því ástandi fram þarf að ástunda hugleiðslutækni sem miðar að því að hægja á líkamsstarfsemi og hugsunum. Best er að ástunda hugleiðslu á sama tíma á hverjum degi. Regluleg hugleiðsluástundun þjálfar einbeitingu, eykur æðruleysi, eflir sjálfsþekkingu, dregur úr streitu og kvíða, lækkar blóðþrýsting og kallar fram líkamlega slökun.

6.kafli - Sögustund

Allir vilja lifa lengi – en enginn vill verða gamall.

- Jónatan Swift

Mig langar til að deila með þér tveimur frábærum sögum sem hafa ýtt hressilega við mér, hvatt mig til aðgerða og fengið mig til að endurskoða eigin væntingar. Um endursögn er að ræða í báðum tilfellum og því hef ég gefið mér leyfi til að færa sögurnar í stílinn enda hvergi til nákvæmar fyrirmyndir. Góður vinur minn, Matti Ósvald sagði mér söguna um froskinn í holunni en upphaflega var það sálfræðingurinn Milton H. Erickson sem byrjaði að nota dæmisögur af þessu tagi í meðferðarlegum tilgangi til að hafa bein áhrif á undirvitundina. Sagan um bestu nemendurna í skólanum er tekin af námskeiðinu *Accelerated Learning Techniques* eftir Brian Tracy og Colin Rose og er byggð á tilraun sem var gerð í Bandaríkjunum seint á síðustu öld.

Froskurinn í holunni

Einn góðviðrisdag var froskur að hoppa niður gömlum sveitavegi. Hann kom að djúpri holu í öðru hjólfarinu. Ofan í henni er annar froskur sem kallaði.

„Hjálp! Hjálp! Þú verður að hjálpa mér uppúr holunni."

„Ekkert mál vinur. Ég skal gera það sem ég get. Mér sýnist þú nú vera ansi sterklegur froskur. Ertu búinn að prófa að hoppa upp úr?"

„Að sjálfsögðu er ég búinn að prófa það. Ég er bara ekki nógu sterkur."

„Ég skal teygja fótinn ofaní til þín," sagði þá froskurinn sem stóð á bakkanum, „geturðu gripið í hann?"

„Ég skal reyna en ég er hræddur um að drullusvaðið geri okkur báða of sleipa til að ég geti náð taki."

Þeir prófuðu og froskurinn ofan í holunni reyndist sannspár. Þeir voru báðir of sleipir.

„Allt í lagi," sagði þá froskurinn á bakkanum aftur. „Hvað ef ég rétti þessa trjágrein ofan í til þín?"

„Það gæti virkað, og þó. Ég er kannski ekki nógu sterkur til að halda mér og svo getur trjágreinin brotnað um leið og þú byrjar að toga mig uppúr."

Aftur reyndist froskurinn í holunni sannspár. Þannig hélt þetta áfram í nokkurn tíma. Froskurinn sem stóð á bakkanum kom með tillögur, froskurinn í holunni benti á gallana en fékkst síðan til að reyna. En sá síðarnefndi reyndist alltaf sannspár og var þar af leiðandi áfram fastur í holunni. Að loknum fjölmörgum tilraunum sagði loks froskurinn á bakkanum.

„Mér dettur bara ekkert fleira í hug."

„Ekki mér heldur," sagði froskurinn í holunni. „Ætli þú þurfir ekki bara að skilja mig eftir. Þú kannski lætur einhvern vita eða sendir hjálparsveit á eftir mér."

„Að sjálfsögðu. Mér þykir mjög leitt að skilja þig svona eftir, en við erum búnir að prófa allt sem okkur dettur í hug og ekkert gengur."

Að því sögðu hoppaði froskurinn áfram niður götuna. Eftir stutta stund beygði hann til hægri og hoppaði niður eftir gróðursælum stíg í átt að heimili sínu. Stuttu síðar heyrði hann í öðrum froski sem kom hoppandi á eftir honum. Froskurinn leit við og undraðist mjög, því á eftir honum hoppaði hinn froskurinn sem hann hafði reynt að hjálpa uppúr holunni.

„Hvað gerðist eiginlega? Ég hélt þú værir alveg fastur? Hvernig komstu eiginlega uppúr holunni? Ég... ég... ég bara skil þetta ekki. Við vorum búnir að reyna ALLT! Hvernig fórstu að þessu?"

Froskurinn sem hafði á undraverðan hátt komist uppúr holunni leit á hann og svaraði móður: „Það var að koma trukkur."

Bestu nemendurnir í skólanum?

Í skóla einum í Bandaríkjunum ákvað skólastjórnin að gera tilraun. Hún kallaði til sín þrjá kennara og útskýrði.

„Við höfum ákveðið að prófa hvort einhverju muni á að hafa alla bestu nemendur skólans saman í bekkjum. Í þeim tilgangi höfum við sett saman þrjá bekki með þeim nemendum sem hafa staðið sig best í skólanum á undanförnu skólaári. Til þess að kenna þessum þremur bekkjum höfum við valið ykkur, bestu kennara skólans. Við viljum hins vegar ekki vera sökuð um mismunun og því má enginn vita af þessu nema við hér í þessu herbergi. Það má hvorki segja börnunum né foreldrum þeirra frá þessari tilraun."

Kennararnir voru að vonum ánægðir með viðurkenninguna sem fólst í verkefninu og sóru þess eið að segja engum frá. Skólaárið hófst og bekkjarstarfið gekk ótrúlega vel. Að skólaárinu loknu kom í ljós að þessir þrír bekkir voru ekki aðeins með hæstu einkunnir skólans, heldur voru þeir í hópi þeirra hæstu í landsmeðaltalinu. Kennararnir voru á ný kallaðir fyrir skólastjórnina.

„Við viljum á að óska ykkur hamingju með þennan frábæra árangur en við verðum því miður að segja ykkur að forsendurnar sem þið fenguð í byrjun árs voru ekki réttar. Við vorum vissulega að gera tilraun en hún var af annarri tegund. Nemendurnir sem voru í bekkjunum ykkar voru valdir af handahófi og voru því ekki bestu nemendur skólans."

Kennurunum var að vonum brugðið og þeir svöruðu: „En það var svo fábært að vinna með þessum krökkum. Þau voru einstaklega klár og samvinnuþýð. Fyrst það voru ekki þau, þá? Aha! Árangurinn hlýtur þá að hafa verið svona góður vegna þess að þið völduð okkur þrjá, bestu kennara skólans."

Því svaraði skólastjórnin: „Nei því miður. Þið eruð mjög góðir kennarar, en líkt og börnin voru þið einnig valdir af handahófi. Hið eina sem skildi ykkur frá öðrum bekkjum skólans voru væntingarnar sem við byggðum upp í byrjun árs. Eftir það sem við sögðum ykkur í byrjun árs voruð þið með svo miklar væntingar til barnanna að þau hreinlega stóðu undir þeim."

Sögur er skemmtilegar að því leyti að þær má skilja á marga vegu. Hver og einn les sögur með sínum eigin „gleraugum" ef þannig má að orði komast. Ég þykist ekki ætla að útskýra sögurnar í þaula og eyðileggja þannig merkingu sem ég sé ekki einu sinni sjálfur. Þess í stað ætla ég bara að spyrja eftirfarandi spurninga.

- Hver er trukkurinn í þínu lífi, þ.e. hvað þarf að gerast til að þú hoppir upp úr holunni?
- Stendurðu undir eigin væntingum?

Lokaorð

Þolinmæði, þrautseigja og þor mynda ósigrandi blöndu sem leiðir til velgengni.
- Napoleon Hill

Í upphafi bókarinnar sagðist ég ætla að nálgast hugmyndafræði um stjórn hugans frá nokkrum mismunandi sjónarhornum. Á síðum bókarinnar hef ég lagt mig fram við að gera einmitt það og ég vona að þér finnst þú vera aðeins víðsýnni fyrir vikið. Ég sagði einnig að hver kafli gæti dugað í bók fyrir sig. Geysilega miklu efni hefur verið þjappað saman á tiltölulega fáar síður. Ég vona svo sannarlega að efnið á síðum bókarinnar hafi vakið þig til umhugsunar og ýtt við þér á einhvern hátt, komið þér til að skoða lífið í nýju samhengi.

Mundu bara að innblásturinn dugar skammt einn og sér. Í bókinni eru ekki bara hugmyndir, heldur einnig tillögur, aðferðir og leiðir sem þú getur notað. Ef þú vilt uppskera árangur verður þú að gera eitthvað. Með því að skrifa bókina er ég er búinn að gera mitt, nú er komið að þér. Megir þú finna hugrekki til að fylgja draumum þínum og markmiðum eftir, uppskera líkamlega hreysti, finna varanlega innri hamingju og hugarró, verða sterkari eftir alla erfiðleika sem þú tekst á við og nýta þér öll þau tækifæri til vaxtar og þroska sem lífið býður upp á.

Ég trúi því að fræjum sem er sáð sé aldrei sóað. Enginn veit hvenær þau byrja að spíra. Þú getur náð árangri með líf þitt í dag, í næstu viku, eftir ár, tíu ár eða tuttugu ár, byggt á þeim hugmyndum sem þú hefur lesið á síðum þessarar bókar.

Í þeim anda vil ég deila mér þér eftirfarandi sögu úr mínu lífi. Árið 1989 var ég skiptinemi í Ástralíu. Fjölskyldufaðirinn í Davis fjölskyldunni sem ég bjó hjá bar nafnið Robert en var alltaf kallaður Bob. Bob var mjög áhugaverður maður, glaðlyndur að eðlisfari og átti auðvelt með að umgangast allar tegundir af fólki. Hann hafði tileinkað sér ákveðna siði sem ég átti oft erfitt með að skilja, enda aðeins sextán ára á þeim tíma. Bob vaknaði á hverjum morgni milli hálf sex og sex, settist niður og skrifaði markmiðin sín, las í klukkutíma eða fór út og hreyfði sig. Þegar við hin vöknuðum var hann yfirleitt hinn hressasti . Hann sá aðeins lausnir þegar kom að vandamálum en neitaði að velta sér uppúr erfiðleikunum. Hann var ótrúlega jákvæður og ef ég á að vera hreinskilinn fór það stundum hrikalega í taugarnar á mér. Mér þótti vænt um hann en stundum fannst mér jákvæðnin ætla að keyra allt um koll.

En tíu árum eftir heimkomuna frá Ástralíu var ég að mörgu leyti farinn að haga mér eins og hann. Ég vaknaði snemma, las á hverjum degi, hreyfði mig, lagði mig fram við að sjá allt það jákvæða í því sem var að gerast og svo mætti lengi telja. Á tuttugasta og sjötta aldursári varð mér hugsað til hinnar sextán ára útgáfu af sjálfum mér. Eins og ég var þá hefði ég líklega ekki þolað sjálfan mig eins og ég var orðinn tíu árum eldri. Sú uppgötvun fékk mig til að brosa út að eyrum. Samhliða því skildi ég einnig hversu mikil áhrif Bob hafði haft á líf mitt til hins betra.

Fyrir utan áhrif foreldra minna og ömmu minnar þá má segja að Bob sé einn stærsti áhrifavaldur í lífi mínu. Með hegðun sinni og hugsun sáði hann fræjum í huga minn á viðkvæmum aldri, fræjum byrjuðu hvorki að spíra né festa rætur strax. Eftir á að hyggja má segja að það sem fór mest í taugarnar á mér við Bob þegar að ég var sextán ára, sé það sem ég hugsa til með mestum hlýhug í dag. Á þessu ári eru liðin átján ár frá því að ég var skiptinemi í Ástralíu. Ég hugsa oft til Bob með þakklæti í huga. Bob átti stóran þátt í þeirri hvatningu sem fékk mig til að halda áfram að lesa, fara á námskeið, læra meira um sjálfan mig og þar af leiðandi meira um mannlegt eðli.

Ég vil óska þér alls hins besta í lífinu. Þegar á móti blæs nota ég oft eftirfarandi tilvitnun sem mér er sagt að komi frá Nóbelsskáldinu Halldóri Laxnes. Setningin hjálpar mér yfirleitt að sjá hlutina í öðru ljósi. Skáldið sagði: „Eins og fólk heldur nú oft annað, þá fara hlutirnir nú yfirleitt einhvern veginn.“

Takk fyrir lesturinn.

Guðjón Bergmann, 2007
www.gbergmann.com

www.ingramcontent.com/pod-product-compliance
Lightning Source LLC
LaVergne TN
LVHW050547160826
845677LV00011B/2220

* 9 7 8 9 9 7 9 9 5 4 7 4 3 *